വെറുപ്പിന്റെ വ്യാപാരികൾ

story

veruppinte vyaparikal

•

t d ramakrishnan

•

first edition
july 2016

•

second edition
november 2017

•

typesetting & published
chintha publishers, thiruvananthapuram

•

cover
vinod

•

illustration
rajesh chirappadu

വിതരണം

ദേശാഭിമാനി ബുക്ക് ഹൗസ്

H O തിരുവനന്തപുരം–695 035
phone: 0471-2303026, 6063026
www.chinthapublishers.com
chinthapublishers@gmail.com

ബ്രാഞ്ചുകൾ

ഹെഡ്ഡാഫീസ് ബ്രാഞ്ച് കുന്നുകുഴി • സ്റ്റാച്യു തിരുവനന്തപുരം • കെ എസ് ആർ ടി സി ബസ് സ്റ്റേഷൻ ആലപ്പുഴ • കെ എസ് ആർ ടി സി ബസ് സ്റ്റേഷൻ എറണാകുളം • മച്ചിങ്ങൽ ലെയിൻ തൃശൂർ • ഐ ജി റോഡ് കോഴിക്കോട് • മാവൂർ റോഡ് കോഴിക്കോട് • എൻ ജി ഒ യൂണിയൻ ബിൽഡിങ് കണ്ണൂർ • സെൻട്രൽ ബസ് ടെർമിനൽ കോംപ്ലക്സ് താവക്കര കണ്ണൂർ

CR - 1766 / 4468
ISBN - 978-93-86112-41-5

വെറുപ്പിന്റെ വ്യാപാരികൾ

കഥ

ടി ഡി രാമകൃഷ്ണൻ

ചിന്ത പബ്ലിഷേഴ്സ്
തിരുവനന്തപുരം-695 035
വില : ₹ 60

ടി ഡി രാമകൃഷ്ണൻ

1961 ൽ തത്തമംഗലത്ത് ദാമോദരൻ ഇളയതിന്റെയും ശ്രീദേവി അന്തർജ്ജനത്തിന്റെയും മകനായി തൃശൂർ ജില്ലയിലെ എയ്യാലിൽ ജനിച്ചു. ആലുവ യു സി കോളജ്, മദിരാശി സർവ്വകലാശാല എന്നിവിടങ്ങളിൽ വിദ്യാഭ്യാസം. സതേൺ റെയിൽവേ പാലക്കാട് ഡിവിഷനിൽ ചീഫ് കൺട്രോളറായി റിട്ടയർ ചെയ്തു. 2003 ൽ പ്രശസ്ത സേവനത്തിനുള്ള റെയിൽവേ മന്ത്രാലയത്തിന്റെ ദേശീയ അവാർഡു നേടി.

പ്രധാന കൃതികൾ: *ആൽഫ, ഫ്രാൻസിസ് ഇട്ടിക്കോര, സുഗന്ധി എന്ന ആണ്ടാൾ ദേവനായകി.*

2007 ൽ മികച്ച തമിഴ് മലയാള വിവർത്തനത്തിനുള്ള ഇ കെ ദിവാകരൻപോറ്റി അവാർഡ്, 'നല്ലി ദിശൈ എട്ടും' അവാർഡ്, തിരുവനന്തപുരം തമിഴ് സംഘത്തിന്റെ ഉള്ളൂർ എസ് പരമേശ്വരയ്യർ അവാർഡ് എന്നിവ നേടി.

ഫ്രാൻസിസ് ഇട്ടിക്കോര എന്ന നോവൽ 2010 ൽ കേരള ഭാഷാ ഇൻസ്റ്റിറ്റ്യൂട്ടിന്റെ ബഷീർ പുരസ്കാരം, കോവിലൻ പുരസ്കാരം, തിരുവനന്തപുരം അന്താരാഷ്ട്ര പുസ്തകോത്സവത്തിൽ മികച്ച നോവലിനുള്ള അംഗീകാരം എന്നിവ നേടി. *സുഗന്ധി എന്ന ആണ്ടാൾ ദേവനായകിക്ക്* 2015 ൽ കെ സുരേന്ദ്രൻ നോവൽ അവാർഡ്, എ പി കളയ്ക്കാട് പുരസ്കാരം, മാവേലിക്കര വായന സാഹിത്യ പുരസ്കാരം, ഗലേറിയ ഗാലൻ അവാർഡ്, വയലാർ അവാർഡ് എന്നിവ ലഭിച്ചു.

വിലാസം : സൂര്യകാന്തി
എയ്യാൽ പി ഒ
കേച്ചേരി, തൃശൂർ
email : ramakrishnantd@yahoo.com

ഉള്ളടക്കം

പ്രസാധകക്കുറിപ്പ്

അധികാരവാഴ്ചയുടെ സൂക്ഷ്മപാഠങ്ങൾ രചിക്കാനാണ് ടി ഡി രാമകൃഷ്ണൻ തന്റെ നോവലുകളിലൂടെ ശ്രമിക്കുന്നത്. ഈ പരിശ്രമത്തെ വ്യവസ്ഥപ്പെടുത്തുന്ന തന്റെ രണ്ട് ശ്രദ്ധേയമായ നോവലുകളാണ് *ഫ്രാൻസിസ് ഇട്ടിക്കോരയും സുഗന്ധി എന്ന ആണ്ടാൾ ദേവനായകി*യും.

ടി ഡി രാമകൃഷ്ണന്റെ *വെറുപ്പിന്റെ വ്യാപാരികൾ* എന്ന കഥയാണ് ഗ്രന്ഥത്തിന്റെ പ്രധാന ഉള്ളടക്കം. അദ്ദേഹവുമായി എഴുത്തുകാരനും ചിത്രകാരനുമായ രാജേഷ് ചിറപ്പാട് നടത്തുന്ന അഭിമുഖം *വെറുപ്പിന്റെ വ്യാപാരി*കളുടെ പ്രത്യയശാസ്ത്രവ്യവസ്ഥയെ അനാവരണം ചെയ്യുന്നു. ആരംഭലേഖനത്തിൽ ഡോ. പി കെ പോക്കർ ടി ഡി രാമകൃഷ്ണന്റെ രചനകളുടെ ആവിഷ്കാരരൂപവും പ്രമേയവും തമ്മിലുള്ള അഭേദ്യമായ ബന്ധത്തെ പഠിക്കുകയാണ്.

വായനക്കാരും സാഹിത്യ പഠിതാക്കളും തീർച്ചയായും വായിച്ചിരിക്കേണ്ട ഈ ലഘുഗ്രന്ഥം വായനക്കാരിൽ എത്തിക്കാൻ കഴിഞ്ഞതിൽ ഞങ്ങൾക്ക് സംതൃപ്തിയുണ്ട്. ഈ പുസ്തകത്തിന്റെ രണ്ടാം പതിപ്പ് സസന്തോഷം പുറത്തിറക്കുന്നു.

ചിന്ത പബ്ലിഷേഴ്സ്

മാറുന്ന നോവൽ: രാഷ്ട്രീയ ശരീരത്തിലെ മിത്തും സെക്സും

ഡോ. പി കെ പോക്കർ

കേരളീയർ ഏറ്റവും കൂടുതൽ വായിക്കുന്നത് നോവലുകളാണ്. *ഇന്ദുലേഖ* മുതൽ നോവലുകൾ വിറ്റഴിക്കപ്പെട്ട കണക്കുകളും പൊതുസമൂഹത്തിൽ നടന്ന സംവാദങ്ങളും ഇക്കാര്യം സാക്ഷ്യപ്പെടുത്തുന്നു. ജോസ് സറമാഗോയെപ്പോലുള്ള ഗൗരവമായ രചയിതാക്കളുടെ നോവലുകളും പൗലോ കൊയിലോയെപ്പോലെ ഉപരിപ്ലവ ആത്മീയത ആവിഷ്കരിക്കുന്ന നോവലുകളും ആഗോളതലത്തിൽ വലിയ രീതിയിൽ വില്ക്കപ്പെടുകയും വായിക്കപ്പെടുകയും ചെയ്യുന്നു. നോവലുകളെ മറ്റ് സാഹിത്യരൂപങ്ങളെപ്പോലെയല്ല വായനക്കാർ സമീപിക്കുന്നത്. മറിച്ച് നോവലിനെ ചരിത്രം, മനഃശാസ്ത്രം, ആത്മകഥ, ആത്മീയത, ദർശനം മുതലയാവയുടെ ചേരുവ എന്ന നിലയിലും കൂടിയാണ് വായനക്കാർ സമീപിക്കുന്നത്. നോവൽ സാഹിത്യത്തിന്റെ ആവിർഭാവവും ചരിത്രവും ഇത്തരത്തിലുള്ള സമീപനങ്ങൾക്കുവേണ്ട പരിതോവസ്ഥ പ്രദാനം ചെയ്തതായി കാണാം.

കേരളീയ സാഹിത്യാവിഷ്കാരങ്ങളിൽ ആധുനികാനന്തരം ഗണ്യമായ മാറ്റങ്ങൾ സംഭവിച്ചിട്ടുണ്ട്. എന്നാൽ ആധുനികോത്തര നോവൽ ചരിത്രത്തിൽ സമ്പൂർണ്ണമായ ഒരു വിച്ഛേദം സാദ്ധ്യമാക്കാൻ കഴിഞ്ഞത് *ഫ്രാൻസിസ് ഇട്ടിക്കോര*യുടെയും *സുഗന്ധി എന്ന ആണ്ടാൾ ദേവനായകി*യുടെയും രചനകളിലൂടെ ടി ഡി രാമകൃഷ്ണനാണ്. ആവിഷ്കാരങ്ങളുടെ രൂപവും പ്രമേയവും തമ്മിൽ അഭേദ്യമായ ബന്ധമുണ്ടെന്നത് പ്രത്യേകം പറയേണ്ടതില്ല. അധികാരവാഴ്ചയുടെ സൂക്ഷ്മപാഠങ്ങൾ രചിക്കാനാണ് ടി ഡി രാമകൃഷ്ണൻ ശ്രമിക്കുന്നത്. *ഫ്രാൻസിസ് ഇട്ടിക്കോര*യും *സുഗന്ധി എന്ന ആണ്ടാൾ ദേവനായകി*യും പരസ്പരം ബന്ധപ്പെ

ടുന്നത് അവ രണ്ടും തമ്മിൽ സൂക്ഷ്മരാഷ്ട്രീയത്തിന്റെ വ്യാകരണം പങ്കിടുന്നതുകൊണ്ടാണ്. അധികാരം എപ്പോഴും കീഴ്പ്പെടലുകളെയും കീഴ്പ്പെടുത്തലുകളെയും സാധൂകരിക്കുന്നു. എല്ലാ കുതറലുകളെയും അമിതാധികാരമുപയോഗിച്ച് അമർച്ച ചെയ്യുമ്പോഴാണ് ഫാസിസത്തിന്റെ ഭിന്ന രാഷ്ട്രീയ പാഠങ്ങൾ ഉത്ഭവിക്കുന്നത്.

സമ്പത്തും സ്ത്രീശരീരവും ലക്ഷ്യംവെച്ചാണ് പ്രാചീനകാലം മുതൽ സാമ്രാജ്യ വിപുലീകരണങ്ങളും യുദ്ധങ്ങളും നടന്നത്. പുരുഷശരീരത്തിന്റെ 'ശക്തി' പ്രകടനങ്ങളും 'ആണത്ത' ധാർഷ്ട്യത്തിന്റെ ഭിന്ന ബിംബങ്ങളും യുദ്ധങ്ങളെയും കീഴടക്കലുകളെയും സാധൂകരിച്ചുകൊണ്ടാണ് എക്കാലത്തും ആവിഷ്കരിക്കപ്പെട്ടത്. ലൈംഗികജീവിതം എന്തുകൊണ്ടാണ് അധികാരവാഴ്ചയുടെ ഇന്ധനമായിത്തീരുന്നത്? മേല്ക്കോയ്മ പ്രത്യയശാസ്ത്രത്തിന്റെ മർദ്ദനരീതികൾ ആധുനികോത്തര രാഷ്ട്രീയ പരിതോവസ്ഥയ്ക്കകത്ത് അപഗ്രഥിക്കാനുള്ള ശ്രമങ്ങളായാണ് *ഫ്രാൻസിസ് ഇട്ടിക്കോര*യും *സുഗന്ധി എന്ന ആണ്ടാൾ ദേവനായകി*യും രചിക്കപ്പെടുന്നത്. മറ്റ് മലയാള നോവലിസ്റ്റുകളുടെ രചനകളിൽനിന്നും ടി ഡി രാമകൃഷ്ണന്റെ നോവലുകൾ വിഭിന്നവും വിച്ഛേദപരവുമാകുന്നത് അവ ആത്മകഥാപരമായ ആവാസവ്യവസ്ഥയ്ക്കകത്തല്ല രചിക്കപ്പെടുന്നത് എന്നതിനാലാണ്. നോവലുകൾ മിക്കവാറും ആത്മകഥാപരമായ പരിസരം ആവിഷ്കരിച്ചുകൊണ്ടാണ് സാഹിത്യാത്മകദൗത്യം നിർവ്വഹിക്കാറുള്ളത്. സ്വന്തം ആത്മകഥയാണ് കലാകാരന്മാർ രചിക്കുന്നതെന്ന ഹാവ്ലോക് എല്ലിഡിന്റെ നിരീക്ഷണം കൂടുതൽ പ്രസക്തമാവുന്നത് നമ്മുടെ നോവലുകളുടെ കാര്യത്തിലാണ്. എന്നാൽ *ഫ്രാൻസിസ് ഇട്ടിക്കോര*യും *സുഗന്ധി എന്ന ആണ്ടാൾ ദേവനായകി*യും തികച്ചും രചയിതാവിന് പുറത്തുള്ള രാഷ്ട്രീയ ശരീരത്തെ (Body politic) യാണ് അപഗ്രഥിക്കുന്നത്. ആധുനികാനന്തരം രൂപപ്പെട്ട ഭൗതികസാഹചര്യങ്ങളും ധൈഷണിക മുന്നേറ്റങ്ങളും ശ്രദ്ധയോടും കൂസലില്ലാതെയും ഉപയോഗിച്ചുകൊണ്ടാണ് രചനകൾ നിർവ്വഹിച്ചത്. ധാരാളം നോവലുകളും കഥകളും പ്രസിദ്ധീകരിക്കപ്പെടുന്ന വർത്തമാന സാഹചര്യത്തിൽ വേറിട്ട ഒരു സാഹിതീയ സ്ഥലി ഉണ്ടാക്കാൻ കഴിയുന്ന എഴുത്തുകാർക്ക് മാത്രമേ സാഹിത്യരചയിതാവെന്ന (writer) സ്വത്വം ഇന്ന് നേടാൻ കഴിയൂ.

ശീതസമരാനന്തരം സാമ്രാജ്യത്വം നടത്തുന്ന അധിനിവേശങ്ങളുടെ അദൃശ്യമായ വ്യാകരണവ്യവസ്ഥയാണ് ടി ഡി രാമകൃഷ്ണൻ ആവിഷ്കരിക്കുന്നത്. ചരിത്രവും മിഥ്യയും യാഥാർത്ഥ്യവും കൂടിക്കുഴഞ്ഞാണ് നമ്മുടെ വ്യവഹാരങ്ങളിൽ നിലനില്ക്കുന്നത്. സൂക്ഷ്മവിശകലനത്തിൽ എല്ലാ ജീവിത സന്ദർഭങ്ങളിലും ആകസ്മികതകളും വിസ്മയങ്ങളും അനിവാര്യതകളും അടങ്ങിയിട്ടുണ്ട്. ജീവിതമോ ചരിത്രമോ നേർരേഖയിൽ മുന്നേറുമെന്ന് കരുതാൻ ഇന്നേവരെ തെളിവുകളൊന്നും ലഭ്യമല്ല. പ്രളയ

ങ്ങളും യുദ്ധങ്ങളും മഹാമാരികളും വിപ്ലവങ്ങളും പ്രതിവിപ്ലവങ്ങളും ചരിത്രത്തിന്റെ ഗതി വിഗതികൾ മാറ്റിത്തീർക്കാറുണ്ട്. അതേസമയം വാൾട്ടർ ബഞ്ചമിൻ നിരീക്ഷിച്ചതുപോലെ എല്ലാ നാഗരികതകളുടെ പ്രമാണങ്ങളും മ്ലേച്ഛ സ്വഭാവത്തിന്റെ കൂടി പ്രമാണങ്ങളാണ്.

ലൈംഗികാസക്തിയോ ലൈംഗികാനുഭവമോ മ്ലേച്ഛമല്ല. ലൈംഗിക ജീവിതം വ്യക്തികളുടെയും സാമൂഹിക ജീവിതത്തിന്റെയും അനിവാര്യ ഭാഗമാണ്. എന്നാൽ ലൈംഗികത(sexuality) പീഡാത്മകവും ചൂഷണാത്മകവും കീഴടക്കലിന്റെ ഇടവുമായി മാറുന്ന സന്ദർഭങ്ങൾ ചരിത്രത്തിലുടനീളം പ്രകടമാണ്. ഇറാഖ് അധിനിവേശം മുതൽ ശ്രീലങ്കയിലെ വംശഹത്യകളിൽ വരെ ലൈംഗികാതിക്രമം പ്രബലമായ ഒരു പീഡനമുറയായി മാറിയത് എന്തുകൊണ്ടാണ്? എന്തുകൊണ്ടാണ് വർഗ്ഗീയകലാപങ്ങളിൽ സ്ത്രീകൾ കൂട്ടബലാത്സംഗങ്ങൾക്ക് വിധേയമാകുന്നത്? രാഷ്ട്രീയത്തിന്റെയോ മതത്തിന്റെയോ ദേശത്തിന്റെയോ പേരിൽ നടക്കുന്ന യുദ്ധങ്ങളിലും സംഘർഷങ്ങളിലും ബലാത്സംഗങ്ങളും ലൈംഗിക വൈകൃതങ്ങളും പതിവായി കാണാൻ കഴിയുന്നു.

അധിനിവേശാനന്തര സാഹിത്യം എഴുത്തുകാരെ ചരിത്രത്തിലേക്ക് തിരിച്ചു നടക്കാൻ പ്രേരിപ്പിച്ചിട്ടുണ്ട്. വിമോചനപരവും പുരോഗമനപരവുമായ ആശയങ്ങളോട് പ്രതിബദ്ധത പുലർത്തുന്ന എഴുത്തുകാർക്ക് ചരിത്രത്തിലേക്കുള്ള സഞ്ചാരം പ്രയാസമുള്ളതാണ്. കാരണം പുനരുത്ഥാനപരമായ ചിന്തകൾക്ക് സാധൂകരണം നല്കുന്ന അധീശത്വം പുലർത്തിയ ആശയങ്ങളുടെ തട്ടകത്തിലേക്കാണ് തിരിഞ്ഞുനോക്കേണ്ടത്. ദീർഘകാലം അധീശത്വം പുലർത്തിയ ആശയങ്ങളെ ഉല്ലംഘിച്ചുകൊണ്ട് ചരിത്രത്തെയും സംസ്കാരത്തെയും പുനരാഖ്യാനം ചെയ്യുന്ന രചനകളാണ് 'ഇട്ടിക്കോര'യും 'സുഗന്ധി'യും. പൊതുമണ്ഡലത്തിലും ജ്ഞാനമണ്ഡലത്തിലും നിലനിന്ന ബഹുസ്വരത കാണാൻ കഴിയുമ്പോഴാണ് ജനാധിപത്യം സംരക്ഷിക്കാനുള്ള ത്വര പ്രകടമാവുന്നത്. കീഴടക്കലുകളുടെയും പ്രതിരോധങ്ങളുടെയും ചരിത്രം കൂടിയാണ് രാമകൃഷ്ണൻ രചിച്ചിട്ടുള്ളത്. അധിനിവേശാനന്തര സാഹിത്യത്തിന്റെ ആഫ്രിക്കൻ മാതൃകകൾ ഇന്ത്യൻ രചയിതാക്കൾക്ക് സ്വീകരിക്കാൻ പ്രയാസമാണ്. കാരണം നമ്മുടെ ചരിത്രം പാശ്ചാത്യാധിപത്യത്തിന്റെ മാത്രം ചരിത്രമല്ല. ജാതിവ്യവസ്ഥയുടെ മനുഷ്യത്വരഹിതമായ സാമൂഹിക വ്യവഹാരങ്ങൾ നമ്മുടെ ചരിത്രത്തിന്റെ ഭാഗമാണ്. ഇട്ടിക്കോരയിലും സുഗന്ധിയിലും അധികാരത്തിന്റെ അകത്തളങ്ങളിൽ നടന്ന സംഘർഷങ്ങളും സമൃദ്ധിയും വിനോദങ്ങളും രതിമൂർഛകളും പ്രശ്നവല്ക്കരിക്കാൻ (Problematise) രചയിതാവ് പരിശ്രമിക്കുന്നുണ്ട്. "ഇത് ചരിത്രമല്ല കേട്ടുകേൾവികളും കെട്ടുകഥകളും നുണകളും ചേർത്ത് ഒരുകഥ പൊലിപ്പിച്ചെടുക്കാനുള്ള ശ്രമം മാത്രം." ഇത്രയും പറഞ്ഞുകൊണ്ടാണ് ഇട്ടിക്കോര ആരംഭിക്കുന്നത്. ഇ എച്ച് കാർ പറയു

ന്നതുപോലെ ചരിത്രം അങ്ങാടിയിലെ മീൻ പോലെയാണ്. അത് മേശ യിൽ വെച്ച് വെട്ടുന്നതിനനുസരിച്ചാണ് നമ്മുടെ മുന്നിലെത്തുന്നത്. ചരിത്രം കഥകളും കെട്ടുകഥകളും മിഥ്യയും യാഥാർത്ഥ്യവും ചേർന്നാണ് നമുക്കു ലഭിക്കുന്നത്. നമ്മുടെ ഇന്നലെകൾ മാത്രമല്ല ഇന്നും മിഥ്യയും യാഥാർത്ഥ്യവും ചേർന്നാണ് വ്യവഹാരങ്ങളായി പരിവർത്തിപ്പിക്കപ്പെ ടുന്നത്.

അന്യഭൂപ്രദേശങ്ങളിലേക്കുള്ള അധിനിവേശങ്ങൾ സ്ത്രീശരീരത്തി ലേക്കുള്ള കടന്നുകയറ്റങ്ങളുടെയും ചരിത്രമാവുന്നതെന്തുകൊണ്ടാണ്? പ്രശസ്ത ലൈംഗികശാസ്ത്രജ്ഞനും (sexologist) മനഃശാസ്ത്രജ്ഞ നുമായിരുന്ന വില്യം റീഹ് സോവിയറ്റ് യൂണിയനിൽ പ്രഭാഷണപരമ്പര നടത്തി തിരിച്ചുപോയ ശേഷമാണ് ലൈംഗിക ജീവിതത്തെ സിദ്ധാന്തവ ല്ക്കരിക്കേണ്ടതിന്റെ അനിവാര്യതയെക്കുറിച്ച് എഴുതിയത്. മാർക്സിനോട് സെക്സിന്റെ സൈദ്ധാന്തിക പരികല്പനകൂടി ചേർത്താലേ സാമൂഹിക ജീവിതത്തിന്റെ ചാലകശക്തി പൂർണ്ണമായി തിരിച്ചറിയാൻ കഴിയൂ എന്ന ധാരണയാണ് അദ്ദേഹം മുന്നോട്ടുവെച്ചത്. 'ട്രൊബ്രിയാന്റ്' ദ്വീപുകളിൽ ജീവിക്കുന്ന ആദിമനിവാസികൾക്കിടയിൽ ജീവിച്ചുകൊണ്ട് ശേഖരിച്ച ലൈംഗിക ജീവിതത്തെ അവലംബിച്ചാണ് മലിനോവ്സ്കി നരവംശ ശാസ്ത്രപരമായ ചില നിഗമനങ്ങളിൽ എത്തിച്ചേർന്നത്. വില്യം റീഹ് മലിനോവ്സ്കിയുടെ വിവരണങ്ങളും വസ്തുതകളും ഉപയോഗിച്ചു കൊണ്ട് എങ്ങനെ ആധുനിക സമൂഹത്തിൽ ലൈംഗിക സ്വഭാവവൈകൃ തങ്ങൾ രൂപപ്പെടുന്നു എന്ന നിരീക്ഷണത്തിലേക്ക് നയിക്കുന്നു. ഞരമ്പു രോഗികളായ മനുഷ്യരെ ഉല്പാദിപ്പിക്കാത്ത ഒരു വ്യവസ്ഥ ഉണ്ടായാലേ മാർക്സ് വിഭാവനം ചെയ്ത സോഷ്യലിസം ഫലപ്രദമായും വിജയത്തിൽ കലാശിക്കുകയുള്ളൂ എന്ന നിഗമനത്തിലാണ് റീഹ് എത്തിച്ചേർന്നത് (Invasion of Compulsory sex morality).

ആത്മഹത്യകൾക്കും കൊലകൾക്കും അമിതാധികാരപ്രമത്ത തയ്ക്കും കീഴടക്കലുകൾക്കും പിന്നിൽ സമ്പത്തിന് പുറമെ ലൈംഗിക മായ ഒരന്തർധാര വരെ കണ്ടെത്താമെന്ന നിഗമനത്തെയാണ് ഇട്ടിക്കോ രയും ദേവനായകിയും സാക്ഷ്യപ്പെടുത്തുന്നത്.

> മൊറിഗാമി മിചികോയെ വിവാഹം കഴിക്കാൻ കഴിയാതിരുന്നതു കൊണ്ടാണ് മിഷിമയുടെ രാഷ്ട്രീയവും തത്ത്വചിന്താപരവുമായ നില പാടുകൾ അത്തരത്തിലായത്. ഞാൻ വിവാഹമെന്ന Social institution നെ പറ്റിയല്ല പറയുന്നത്. അതിനകത്തെ സെക്സിനെയാ ണ്. "sex is having a magnificient effect in the formation of one's political and philosophical attitudes" അതിസുന്ദരിയും ബുദ്ധിശാലിയുമായ മിചികയോടൊപ്പം ജീവിക്കാൻ കഴിഞ്ഞിരുന്നെ

> ങ്കിൽ മിഷിമയുടെ നിലപാടുകൾ വേറെയാകുമായിരുന്നു (ഇട്ടിക്കോര. പു. 306).

യുകിയോ മിഷിമ നോബൽ സമ്മാനത്തിന് പരിഗണിക്കപ്പെട്ട ഒരു ജപ്പാനി നോവലിസ്റ്റായിരുന്നു. എന്നാൽ 1970 നവംബർ 25 ന് സമുറായ് പടയാളികൾ ചെയ്യാറുള്ള അനുഷ്ഠാനപരമായ ആത്മഹത്യയിലൂടെ അദ്ദേഹം ജീവിതം അവസാനിപ്പിക്കുകയാണുണ്ടായത്. അനുഷ്ഠാനപരമായ ആത്മഹത്യയും അതിനുമുമ്പ് നടത്തിയ അട്ടിമറി നാടകവും പ്രണയനൈരാശ്യത്തിന്റെ അന്തിമഫലമായാണ് ടി ഡി രാമകൃഷ്ണൻ വായിച്ചെടുക്കുന്നത്. അതേസമയം യുദ്ധാനന്തര ജപ്പാനിൽ രൂപപ്പെട്ട അമിതദേശീയവാദവും പാരമ്പര്യവാദവും പ്രതികാര വാഞ്ഛയുമെല്ലാം ഒത്തുചേർന്ന ഒരു ആണത്ത ശരീരപ്രകടനം കാഴ്ചവെച്ച എഴുത്തുകാരനായിരുന്നു മിഷിമയെന്ന വസ്തുത അനിഷേദ്ധ്യമാണ്. എപ്പോഴും യുവാവായും സുന്ദരനായും നിലകൊള്ളണമെന്ന അമിതമായ താല്പര്യം മിഷിമയെ സമുദായ യോദ്ധാക്കളുടെ ആത്മഹത്യാമുറയിലേക്ക് നയിക്കുകയാണ് ചെയ്തത്. പ്രായമായും വിരൂപനായും ജീവിക്കുന്നതിനേക്കാൾ രാജ്യത്തിനും സിംഹാസനത്തിനും സംരക്ഷണം നല്കാൻ കഴിയുന്ന യുവത്വം അവസാനിക്കുന്നതിന് മുമ്പ് ജീവിതം അവസാനിപ്പിക്കുന്നതാണ് നല്ലതെന്ന് മിഷിമ ആവർത്തിച്ച് സൂചിപ്പിക്കുന്നുണ്ട്. തീർച്ചയായും ലൈംഗികതൃഷ്ണയും പുരുഷലൈംഗികതയുടെ വൈകൃതങ്ങളും അധികാരവാഞ്ഛയുമായി ഉൾച്ചേർന്നിട്ടുണ്ടെങ്കിലും ലൈംഗികത്വരയെ സാമാന്യവല്ക്കരിക്കാനുള്ള സാധൂകരണം ഇപ്പോഴും അസാദ്ധ്യമാണ്.

മർദ്ദിതരും മർദ്ദകരും തമ്മിൽ വ്യത്യാസമില്ലാതാവുന്നതിനെക്കുറിച്ച് താക്കീത് നല്കിയത് പോളോ ഫ്രെയറായിരുന്നു. നമ്മുടെ വിദ്യാഭ്യാസവ്യവസ്ഥ ഉല്പാദിപ്പിക്കുന്ന പ്രത്യയശാസ്ത്രത്തിനകത്ത് രൂപപ്പെടുന്ന കർത്തൃത്വത്തെ സംബന്ധിച്ചാണ് ഫ്രെയർ താക്കീത് നല്കിയത്. ശ്രീലങ്കയിലെ ഭരണകൂടം നടത്തിയ വംശഹത്യ യഥാർത്ഥത്തിൽ തമിഴ് ജനവിഭാഗങ്ങളെ നിർഭയം കൊന്നൊടുക്കിക്കൊണ്ടാണ് അവസാനിച്ചത്. ഇറാഖ് അധിനിവേശത്തെയും സാൽവദോർ ഓപ്ഷനെയും പോലെ മത്സ്യത്തിന് വേണ്ടി കടൽ വറ്റിക്കുന്ന ക്രൂരദൗത്യമാണ് ശ്രീലങ്കയിൽ ഭരണകൂടം നടത്തിയ കൂട്ടക്കശാപ്പ്. ഒരേസമയം ഭരണകൂടത്തിന്റെയും സാമ്രാജ്യത്വത്തിന്റെയും ഉന്മൂലനങ്ങളും വിപ്ലവപ്രസ്ഥാനത്തിനകത്ത് സംഭവിക്കുന്ന ഹിംസാത്മക താല്പര്യവും പ്രശ്നവല്ക്കരിക്കാനാണ് ആണ്ടാൾ ദേവനായകിയിൽ ശ്രമിക്കുന്നത്.

> പക്ഷേ, ഞങ്ങൾ മറ്റൊരു കോണിൽ നിന്നാണ് ഈ വിഷയത്തെ സമീപിക്കുന്നത്. ഒരു പ്രസ്ഥാനത്തിനകത്തെ ജനാധിപത്യവിരുദ്ധതയും ഹിംസാത്മകതയും എങ്ങനെ ആ പ്രസ്ഥാനത്തെയും അതു

> പ്രതിനിധീകരിക്കുന്നു എന്നവകാശപ്പെടുന്ന ജനതയെയും നാശത്തിലേക്ക് നയിക്കുന്നു എന്നതാണ് എന്റെ വിഷയം. ഞാൻ പുറത്തു നിന്നാണ് ഈ വിഷയത്തെ കാണുന്നത് (*സുഗന്ധി എന്ന ആണ്ടാൾ ദേവനായകി*, പു. 14).

പൊലീസ്, പട്ടാളം, രഹസ്യ പൊലീസ് മുതലായവയെല്ലാം ഭരണകൂടത്തിന്റെ മർദ്ദക ഉപകരണങ്ങളാണ്. (Repressive state apparatues) സാമ്രാജ്യത്വ അധിനിവേശം നടന്ന മിക്ക രാജ്യങ്ങളിലും അമേരിക്കയും സഖ്യ രാജ്യങ്ങളുമാണ് മർദ്ദനമുറകൾക്ക് നേതൃത്വം നല്കിയത്. എന്നാൽ ശ്രീലങ്കയിലെ തമിഴ് വംശജരെ പീഡിപ്പിക്കുന്നതിലും ഉന്മൂലനം ചെയ്യുന്നതിലും ഇന്ത്യൻ ഭരണകൂടത്തിന്റെ പങ്കാളിത്തവും ഉണ്ടായിരുന്നു. കേരളത്തിൽ നിന്നും വളരെയൊന്നും അധികം ദൂരെയല്ല ശ്രീലങ്ക സ്ഥിതി ചെയ്യുന്നത്. അവിടെ കൂട്ടക്കശാപ്പിന് വിധേയമായ തമിഴ് വംശജരുമായി വംശീയവും ഭാഷാപരവുമായ ബന്ധമുള്ള ഒരു ജനത ഇന്ത്യയിലുണ്ട്. ഇതെല്ലാമായിട്ടും രാജീവ് ഗാന്ധിയുടെ വധമല്ലാതെ മറ്റ് പറയത്തക്ക ചലനമൊന്നും ജനമനസ്സിൽ ഉണ്ടായതായി അനുഭവപ്പെട്ടില്ല. പതിനായിരക്കണക്കിന് തമിഴ് വംശജൻ ശ്രീലങ്കയിൽ കൊല ചെയ്യപ്പെട്ടപ്പോൾ നിർവ്വികാരമായി ആ വാർത്തകൾ സ്വീകരിക്കുകയാണ് മലയാളികൾ ചെയ്തത്. *സുഗന്ധി എന്ന ആണ്ടാൾ ദേവനായകി* ശ്രീലങ്കൻ സേനയുടെ ക്രൗര്യവും പീഡനവും ചരിത്രവും മിഥ്യയുമായി കൂട്ടിച്ചേർത്ത് വായിക്കാനുള്ള ശ്രമമാണ്. *ഫ്രാൻസിസ് ഇട്ടിക്കോരയും* ചരിത്രത്തിന്റെ വിസ്മയകരമായ സഞ്ചാരപഥങ്ങളിലൂടെ വർത്തമാന ജീവിതം അകപ്പെട്ട ആസുരതകളിലാണ് കേന്ദ്രീകരിക്കുന്നത്.

കാനിബാലിസവും കാർണിവലും ബോഡിലാബും, താന്ത്രിക് ക്ലൈമാക്സും മിച്ചമൂല്യത്തിന്റെയും വിനോദ വർഗ്ഗത്തിന്റെയും (Leisure class) വളർച്ചയെ അവലംബിച്ചാണ് നിലനില്ക്കുന്നത്. പ്രാചീനകാലം മുതൽ ഭരണവർഗ്ഗത്തിന്റെ പ്രത്യയശാസ്ത്രത്തിനകത്താണ് വിനോദ വ്യവഹാരങ്ങളെ അധികാര വ്യവസ്ഥയുടെ അനിവാര്യതയായി പ്രതിഷ്ഠിച്ചത്. കാമസൂത്ര സ്പെഷലൈസേഷന്റെ ദൃശ്യാവിഷ്കാരങ്ങൾ ദേവാലയങ്ങളുടെ ചുമരുകളിൽ തുടങ്ങി ദാർശനിക രചനകളിൽ വരെയും സ്ഥാനം പിടിച്ചതും ഭരണവർഗ്ഗത്തിന്റെ സമൃദ്ധിയിൽ ചിട്ടപ്പെടുത്തിയ സുഖദായ ദർശനത്തിന്റെ (Hedonism) പിൻബലത്തിലാണ്. ജാതിവ്യവസ്ഥയെ സാധൂകരിക്കുന്ന ദാർശനികൻ തന്നെയാണ് സൗന്ദര്യലഹരി രചിക്കാനും സന്നദ്ധമായത്!

ഇട്ടിക്കോരയ്ക്ക് രേഖ എഴുതിയ കത്തിൽ ഇങ്ങനെ പറയുന്നു:

> ഞങ്ങളുടെ ബോഡിലാബ് ഇറാഖിലെപ്പോലെ ഒരു പീഡനകേന്ദ്രമല്ല. ശരീരത്തിന്റെ സമസ്ത സാദ്ധ്യതകളുമുപയോഗിച്ച് ആനന്ദം

> കണ്ടെത്തുന്നതിനുള്ള പരീക്ഷണശാലയാണ്. ഭയപ്പെടാനൊന്നുമില്ല. ഇതിൽ ആധുനിക സാങ്കേതിക ഉപകരണങ്ങളൊന്നും ഉപയോഗിക്കുന്നില്ല. ക്ലയന്റിനെ സ്വന്തം ശരീരത്തിന്റെ അത്ഭുതകരമായ സാദ്ധ്യതകൾ കണ്ടെത്താൻ സഹായിക്കുന്നതേയുള്ളൂ. Welcom to our Body lab (ഫ്രാൻസിസ് ഇട്ടിക്കോര പു. 31).

നവലിബറൽ സമ്പദ്‌വ്യവസ്ഥയുടെ ഭാഗമായി ഉയർന്നുവന്ന സമ്പന്ന സുഖവർഗ്ഗത്തിനു വേണ്ടി നഗരങ്ങളിൽ ഉയർന്നുവന്ന പഞ്ചനക്ഷത്ര സംസ്കാരങ്ങൾ സാധാരണക്കാരുടെയോ ഇടത്തരക്കാരുടെ പോലുമോ പരിധിക്ക് അകത്തല്ല. വളരെ ഉയർന്ന ഒരു മദ്ധ്യവർഗ്ഗവും ഭരണകൂടവും ഭരണവർഗ്ഗവുമായി പങ്കുചേർന്ന് കരുപ്പിടിപ്പിക്കുന്ന ഒരു വ്യാജദർശനമാണ് (Pseudo philosophy) യഥാർത്ഥത്തിൽ ശരീരത്തിന്റെ സാദ്ധ്യതയും നിർവ്വാണവും ബുദ്ധദർശനം പോലെ മികച്ച വ്യാഖ്യാനങ്ങൾക്ക് വിധേയമായ വിമോചന പ്രത്യയശാസ്ത്രങ്ങൾ വിരളമാണ്. ബുദ്ധൻ സുഖവാദത്തെയും പൗരോഹിത്യത്തെയും ബ്രാഹ്മവാദത്തെയും എതിർത്തുകൊണ്ടാണ് സംഘശക്തി വീണ്ടെടുക്കാൻ ആഹ്വാനം ചെയ്തത്. ബുദ്ധന്റെ സംഘം സത്സംഗം കൂടിയായിരുന്നു. നന്മയും പ്രബുദ്ധതയും അനുകമ്പയും ചേർന്ന സംഘടിത ജീവിതമാണ് ബുദ്ധൻ വിഭാവനം ചെയ്തത്. എന്നാൽ ബുദ്ധനെ പില്ക്കാലത്ത് രാജാക്കന്മാരും ഭരണവർഗ്ഗവും ഏറ്റെടുക്കുകയായിരുന്നു. ബുദ്ധൻ എതിർത്ത തിന്മകളെല്ലാം ബുദ്ധന്റെ പേരിൽ സാധൂകരിക്കാൻ ദാർശനികർ കൊട്ടാരങ്ങളിൽ താവളമടിച്ചു. യേശുവിനെപ്പോലെ കാമത്തിന്റെയും സ്വാർത്ഥത്തിന്റെയും വലയം ഭേദിച്ചുകൊണ്ട് സമൂഹത്തിന്റെ ഭാഗമാകാൻ നിരന്തരം പ്രയത്നിച്ച ബുദ്ധന്റെ ജ്ഞാനാരോഹണം മിത്തുകളായും അത്ഭുതകഥകളായും പ്രചരിപ്പിക്കപ്പെട്ടു.

മിത്തും യാഥാർത്ഥ്യവും

ചൈനീസ് ബുദ്ധ സന്ന്യാസിയായ ഫാഹിയാൻ അഞ്ചാം ശതകത്തിന്റെ ആദ്യത്തിൽ ഇന്ത്യ സന്ദർശിച്ചത് ബുദ്ധമതവുമായി ബന്ധപ്പെട്ട ആശ്രമങ്ങൾ സന്ദർശിച്ച് വിവരങ്ങൾ ശേഖരിക്കാനായിരുന്നു. ഫാഹിയാൻ ഇന്ത്യയിലും ശ്രീലങ്കയിലും സന്ദർശിച്ചപ്പോൾ കണ്ടതും കേട്ടതുമെല്ലാം രേഖപ്പെടുത്തിയിട്ടുണ്ട്. ബുദ്ധാശ്രമങ്ങളെയും ബുദ്ധസന്യാസിമാരെയും സംബന്ധിക്കുന്ന ധാരാളം അസംബന്ധ കഥകളും അദ്ദേഹം രേഖപ്പെടുത്തിയിട്ടുണ്ട്. ശ്രീലങ്കയിൽ (സിലോൺ) ഭൂതങ്ങളും പിശാചുക്കളും മാത്രമാണുണ്ടായിരുന്നതെന്ന വിശ്വാസം മുതൽ ബിഹാറിൽ നിന്നുകൊണ്ടുപോയ ബോധിവൃക്ഷത്തെ സംബന്ധിക്കുന്ന കഥകൾ വരെ അതിൽപ്പെടും. എല്ലാ കഥകളും ജനങ്ങൾക്കിടയിൽ യഥാർത്ഥമായി നിലനിന്ന വിശ്വാസമായിരുന്നു. ഉത്തർപ്രദേശിലെ സാകേതത്തിനടുത്ത് ഒരു സ്ഥലത്ത്

ബുദ്ധൻ ചവച്ചുകൊണ്ടിരുന്ന ഒരു അരളി വൃക്ഷത്തിന്റെ കമ്പ് ഭൂമിയിലേക്ക് കുത്തിയിറക്കിയപ്പോൾ ഉടനെ തന്നെ ഏഴ് മുഴം വളർന്നതായും ബ്രാഹ്മണൻ നശിപ്പിക്കും തോറും ആ മരം വീണ്ടും വീണ്ടും അതേ ഉയരത്തിൽ വളരുന്നതായും രേഖപ്പെടുത്തിയിട്ടുണ്ട്. നശിപ്പിക്കുന്തോറും വളരുന്ന ചെടികളും തകർക്കുംതോറും ഉയർന്നുവരുന്ന പ്രതിരോധങ്ങളും ഉന്മൂലനം ചെയ്യുംതോറും പുനർജ്ജനിക്കുന്ന വിപ്ലവകാരികളും ഭൂമിയുടെ ഊർവ്വരത നിലനിർത്താൻ അനിവാര്യമായതിനാൽ ഈ കഥകളെല്ലാം യാഥാർത്ഥ്യത്തിലേക്കാണ് വിരൽചൂണ്ടുന്നത് (alluding to Reality).

വിശ്വാസങ്ങൾ പോലെ അന്ധവിശ്വാസങ്ങളും വസ്തുതകൾപോലെ മിത്തും ചരിത്രത്തിലുടനീളം നിലനിന്നിട്ടുണ്ട്. ജനിച്ചപ്പോൾ വെറും മാംസപിണ്ഡമായതിനാൽ പെട്ടിയിൽ നദിയിൽ ഉപേക്ഷിച്ച ശരീരത്തിൽ നിന്നും ആയിരം കുഞ്ഞുങ്ങൾ ഉയർന്നുവന്ന് സ്വന്തം പിതാവിനെതിരായി യുദ്ധം ചെയ്ത കഥയും ഢക്കാൻ പ്രദേശത്തു നിന്നും ഫാഹിയാന് ശേഖരിക്കാൻ കഴിഞ്ഞു! ദ്രോഹികളും ചോരക്കൊതിയരുമായ രാജാക്കന്മാർക്കെതിരായി സ്വന്തം കുട്ടികൾ പോലും ഉണ്ടാവേണ്ടതിന്റെ ധാർമ്മിക യുക്തി അന്തർഭവിച്ച കഥകൾ ചരിത്രം തന്നെയാണ്.

മിത്തുകൾ ഒരേ സമയം വ്യവസ്ഥയെ സാധൂകരിക്കുകയും പ്രതിസംസ്കാരത്തെ പിന്തുണയ്ക്കുകയും ചെയ്യുന്നുണ്ട്. മിഖായേൽ ബക്തിൻ കാർണിവലിനെ സംബന്ധിച്ച് നിരീക്ഷിക്കുന്നപോലെ എല്ലാ വരേണ്യ പ്രയോഗങ്ങൾക്കും സമാന്തരമായ കീഴാള പ്രയോഗങ്ങളും ചരിത്രത്തിന്റെ ഭാഗമാണ്. മിത്തിനെ സാഹിത്യാവിഷ്കാരത്തിന്റെ ഭാഗമാക്കുമ്പോൾ രചന സൂക്ഷിക്കുന്ന രാഷ്ട്രീയത്തിനനുസരിച്ചാണ് അവർ പ്രവർത്തിക്കുക. മിത്തിന്റെ സാഹിത്യത്തിലുള്ള സ്ഥാനം സൗന്ദര്യശാസ്ത്രപരം മാത്രമല്ല; പ്രതിസംസ്കാരദൗത്യം നിർവ്വഹിക്കുന്ന വ്യവഹാരങ്ങളുടെ ഭാഗമാകുമ്പോൾ മിത്ത് രചനയുടെ രാഷ്ട്രീയമാനം അനന്തമായി വികസിപ്പിക്കുന്നു. റൊളാങ് ബാർത്ത് നിരീക്ഷിക്കുന്നപോലെ മിത്തിന് പ്രത്യേകമായ അർത്ഥോല്പാദനശേഷി സാഹിത്യത്തിന്റെ ഭാഗമാകുമ്പോൾ നേടാൻ കഴിയുന്നു. ശ്രീലങ്കൻ ചരിത്രത്തിലുടനീളം ആണ്ടു കിടക്കുന്ന മിത്തുകൾക്ക് ആണ്ടാൾ ദേവനായകിയിലെത്തുമ്പോൾ പുതിയ അർത്ഥോല്പാദന ശേഷി കൈവരിക്കാൻ കഴിയുന്നു. "സത്യം പറഞ്ഞാൽ, മിത്തിനെതിരായ ഏറ്റവും നല്ല ആയുധം ഒരുപക്ഷേ, അതിനെ മറ്റൊരു വിധത്തിൽ മിത്താക്കി മാറ്റിക്കൊണ്ട് ഒരു കൃത്രിമ മിത്ത് രചിക്കലാണ് (Roland Barthes Mythologies, trans, Annette hevers, 1972, പു. 134). നമ്മുടെ യഥാതഥ സാഹിത്യമാണ് സത്യത്തിൽ മിത്തിൽ കുരുങ്ങിക്കിടക്കുന്നത്. മറിച്ച് മിത്തുകളുടെ സമൃദ്ധി സാഹിത്യത്തെ സർഗ്ഗാത്മകമായി മാത്രമല്ല അർത്ഥോല്പാദന തലത്തിലും സമ്പന്നമാക്കുകയാണ് ചെയ്യുന്നത്. ദേവനായകിയെ കേന്ദ്രമാക്കി വിനിമയം ചെയ്യപ്പെട്ട, മിത്തുകളിൽ ചരിത്രവും സംസ്കാ

രവും അടങ്ങിയിട്ടുണ്ട്. "കഥ മെനഞ്ഞെടുത്തവർ അവരുടെ താല്പര്യങ്ങളും വിശ്വാസങ്ങളും സ്ഥാപിക്കാനായി ദേവനായകിയുടെ കഥ ഉപയോഗിക്കുകയായിരുന്നു" (സുഗന്ധി, പു. 59).

മിത്തുകൾ നിർവ്വഹിക്കുന്ന ധർമ്മം ശാസ്ത്രമോ സാഹിത്യമോ നിർവ്വഹിക്കുന്നവയല്ല. മിത്തുകൾ വ്യവസ്ഥയെ സാധൂകരിക്കുകയും ഉല്പാദന പുനരുല്പാദനപ്രക്രിയയെ സാദ്ധ്യമാക്കുകയും ചെയ്യുന്നു. രാജാക്കന്മാർക്കും സൈനികർക്കും ഭിക്ഷുക്കൾക്കും അനിവാര്യമായി ലഭിക്കേണ്ട ഭക്ഷണം, വസ്ത്രം, ആയുധങ്ങൾ മുതലായവയെല്ലാം ഉല്പാദിപ്പിക്കുന്ന ഒരു വിഭാഗം ജനങ്ങൾ എപ്പോഴും നിലനിന്നിട്ടുണ്ട്. അവർ നിലനിന്നാൽ മാത്രം പോര; അദ്ധ്വാനിക്കുകയും അനുസരിക്കുകയും ചെയ്യേണ്ടതുണ്ട്. അതുകൊണ്ട് ഓരോ കാലത്തും ഭരിക്കപ്പെടുന്നവരുടെ ആശയലോകം ഭരിക്കുന്നവരുടെ ആശയലോകം തന്നെയായിരിക്കണം. ഭരണ വർഗ്ഗത്തിന്റെ ആശയങ്ങളും ആദർശങ്ങളും പ്രക്ഷേപിക്കാനുള്ള ആധുനികപൂർവ്വ സമൂഹത്തിലെ മുഖ്യമാർഗ്ഗം മിത്തുകളായിരുന്നു. ആധുനിക സമൂഹത്തിൽ പ്രത്യയശാസ്ത്ര ഉപകരണങ്ങളിൽ മാറ്റമുണ്ടായിട്ടുണ്ട്. ജനാധിപത്യ സ്ഥാപനങ്ങളുടെ ഉദയവും വികാസവും ഉണ്ടാക്കിയ മാറ്റങ്ങൾ ആധുനികസമൂഹത്തിൽ പ്രത്യയശാസ്ത്രഉപകരണങ്ങളുടെ വൈവിദ്ധ്യവുമായും വൈപുല്യവുമായും ബന്ധപ്പെട്ടിരിക്കുന്നു. എന്നാൽ പ്രാചീന സമൂഹങ്ങളിൽ ഫ്രോയിഡ് കുലചിഹ്നത്തെക്കുറിച്ച് പറയുന്നതുപോലെ മിത്ത് സാമൂഹിക ഘടനയുടെ അനിവാര്യഭാഗമായിരുന്നു.

കാളിദാസന്റെ കാലം മുതൽ മിത്തുകളെ സാഹിത്യത്തിൽ ഉപയോഗിച്ചതിന്റെ കാരണം ഡി ഡി കൊസാംബി വിശകലനം ചെയ്യാൻ ശ്രമിച്ചിട്ടുണ്ട്. *വിക്രമോർവ്വശീയം* നാടകം പ്രമേയമാക്കിയ ഉർവ്വശി പുരൂരവസ്സ് പ്രണയം *ഋഗ്വേദ*ത്തോളം പഴക്കമുള്ള കഥയാണെന്ന് കൊസാംബി വിശദമാക്കിയിട്ടുണ്ട്. വൈദിക കാലത്ത് നിലനിന്ന ഒരു മിത്ത് ഗുപ്തകാലത്തെത്തുമ്പോൾ സ്വാഭാവികമായും ചില പരിണാമങ്ങൾക്ക് വിധേയമാകുന്നു. ഏറ്റവും പ്രാചീനമായ നാടകങ്ങളിൽ നിന്നു തന്നെയാണ് കാളിദാസന് ഈ മിത്തുകൾ ലഭിച്ചതെന്ന് *ശതപഥബ്രാഹ്മണത്തി*ന്റെയും *ഋഗ്വേദ*ത്തിന്റെയും മറ്റും വ്യാഖ്യാനങ്ങളിലൂടെ കൊസാംബി സിദ്ധാന്തിക്കുന്നുണ്ട്. വി എസ് ഖണ്ഡേക്കറുടെ *യയാതി* മുതൽ വളരെയധികം രചനകളിൽ പുരാണേതിഹാസ കഥാപാത്രങ്ങളും മിത്തുകളും പുനരാഖ്യാനങ്ങൾക്ക് വിധേയമായിട്ടുണ്ട്. ചരിത്രത്തിലുടനീളം പുനരാഖ്യാനങ്ങൾ പുനർവായനകളാണെന്നും അതത് ചരിത്രസന്ദർഭത്തിൽ ഭരണകൂടത്തെ സാധൂകരിക്കാനോ തിരസ്കരിക്കാനോ രചിക്കപ്പെട്ടവയാണെന്നും അടയാളപ്പെടുത്താൻ കൊസാംബിക്ക് സാധിച്ചിരുന്നു. കലിംഗയിലെ ചോരച്ചാലുകൾ നീന്തിക്കടന്നശേഷമാണ് അശോകചക്രവർത്തി ബുദ്ധമതം സ്വീകരിച്ചത്. അശോക ചക്രവർത്തിയുടെ മകൻ മഹിന്ദുബിക്കുവാണ് ശ്രീലങ്കയിലേക്ക്

ബുദ്ധമതം എത്തിച്ചത്. സമാധാനത്തിന്റെയും അനുകമ്പയുടെയും ജീവിതചര്യയും തത്ത്വവുമായി പ്രചരിപ്പിക്കപ്പെട്ട ബുദ്ധസന്ദേശം ഭരണകർത്താക്കളുടെ അധികാര പ്രയോഗത്തിനുവേണ്ട പ്രത്യയശാസ്ത്രമായി മാറുന്ന സന്ദർഭങ്ങളിലാണ് വിഭിന്ന നായികാനായകന്മാർ കഥകൾ രചിക്കുന്നത്. സുഖദർശനത്തിന്റെ (hedonism) പിന്തുണയിൽ ആസക്തിക്കും രതിമൂർച്ഛയ്ക്കും വൈയക്തികാനന്ദത്തിനും ഊന്നൽ നല്കുന്ന സന്ദർഭങ്ങൾ സൃഷ്ടിച്ചെടുക്കുന്നതിന് ചരിത്രത്തിലുടനീളം തെളിവുകളുണ്ട്. പ്രതിസംസ്കാരങ്ങളെയും ദർശനങ്ങളെയും വക്രീകരിച്ചും ആവശ്യത്തിനനുസരിച്ച് വ്യാഖ്യാനിച്ചും അവ പ്രക്ഷേപിച്ച വിമോചന ആശയങ്ങൾ സ്ഥാനാന്തരം ചെയ്തുകൊണ്ടുമാണ് ഭരണകൂടങ്ങൾ മുന്നേറിയത്.

> ആദ്യ സിംഹളവംശത്തെ തന്റെ കോപാഗ്നിയിൽ ഉന്മൂലനം ചെയ്ത ദേവനായകിയെ അവർ തങ്ങളുടെ ദേവതയായി ആരാധിച്ചു. ചോളപ്പട സിംഹശൈലം ആക്രമിച്ചതും കാതടപ്പിക്കുന്ന സ്ഫോടനങ്ങളിലൂടെ മഹീന്ദന്റെ സ്വപ്നനഗരം തകർത്തതും അവളുടെ കഴിവുകൊണ്ടാണെന്ന് അവർ വിശ്വസിച്ചു. അതിന്റെ ഓർമ്മയ്ക്കായി അവർ എല്ലാ വർഷവും ദേവനായകി കോലം കെട്ടിയാടാൻ തുടങ്ങി. അതാണ് പിന്നീട് ദൈവക്കോലമായി മാറിയത് (പു. 214).

ശ്രീലങ്കയുടെ വടക്കൻ ഭൂപ്രദേശങ്ങളിലെ തമിഴ് ഭൂരിപക്ഷ പ്രദേശത്തിന്റെ സ്വയം നിർണ്ണയാകാവകാശത്തിന് വേണ്ടി വേലുപ്പിള്ളൈ പ്രഭാകരന്റെ നേതൃത്വത്തിൽ രൂപീകരിച്ച സായുധ വിപ്ലവപ്രസ്ഥാനത്തെ തകർക്കുന്നതിനുവേണ്ടി ശ്രീലങ്കൻ ഭരണകൂടം തമിഴ് വംശജരായ ലക്ഷക്കണക്കിന് മനുഷ്യരെ കൊന്നൊടുക്കുകയാണ് ചെയ്തത്. യുദ്ധത്തിന്റെ അവസാന അഞ്ചുമാസത്തിൽ മാത്രം നാല്പതിനായിരത്തിലധികം ആളുകൾ കൊല ചെയ്യപ്പെട്ടെന്നാണ് ഐക്യരാഷ്ട്രസഭയുടെയും യു കെ കേന്ദ്രമായി പ്രവർത്തിക്കുന്ന 'ചാനൽ 4' ന്റെയും കണക്ക്. ഹിംസാത്മകമായ വിമോചന പ്രസ്ഥാനങ്ങൾക്ക് സംഭവിക്കുന്ന ജീർണ്ണതകൂടി പ്രശ്നവല്ക്കരിക്കാനാണ് *സുഗന്ധി എന്ന ആണ്ടാൾ ദേവനായകി* ശ്രമിക്കുന്നത്.

> ഈയക്കത്തിലുള്ള അവസാന കാലത്ത് ഞാൻ രഹസ്യമായി ഈഴത്തച്ചി എന്ന പേരിൽ കവിതകളെഴുതിയിരുന്നു. ഈയക്കത്തിന്റെ ജനാധിപത്യ വിരുദ്ധതയെ ചോദ്യം ചെയ്യുന്ന കവിതകളായിരുന്നു അവ. ജനാധിപത്യ വിരുദ്ധമായ പ്രവർത്തനശൈലിയാണ് ഈയക്കത്തിന്റെ സമ്പൂർണ്ണ പരാജയത്തിന് കാരണമായത്. വിമർശനങ്ങളെ പരിഗണിക്കാനോ തെറ്റുകൾ തിരുത്താനോ നേതൃത്വം ഒരിക്കലും തയ്യാറായിരുന്നില്ല. പകരം വിമർശിക്കുന്നവരെ ഉന്മൂലനം ചെയ്യുകയെന്ന ഫാസിസ്റ്റ് ശൈലിയാണ് സ്വീകരിച്ചത്. വിമർശി

ക്കാൻ തയ്യാറാകുന്നത് എന്നെപ്പോലെയുള്ള സ്ത്രീകളാണെങ്കിൽ ഏതെങ്കിലും പുലിത്തലവനെക്കൊണ്ട് വിവാഹം കഴിപ്പിച്ച് കുടുംബമെന്ന തടവറയിലൊതുക്കും. വളരെ പാട്രിയാർക്കലായ മൂല്യബോധമാണ് ഈയക്കത്തിനുണ്ടായിരുന്നത് (*സുഗന്ധി എന്ന ആണ്ടാൾ ദേവനായകി*, പു. 259).

ഒരുവശത്ത് ഭരണകൂട മർദ്ദക ഉപകരണങ്ങളുടെ കൊടും പീഡനവും മറുവശത്ത് സ്വന്തം പാളയത്തിലെ അസഹിഷ്ണുതയും സ്ത്രീവിരുദ്ധതയും ദേവനായകി അവതരിപ്പിക്കുന്നത് കേട്ടുകേൾവിയിൽ നിന്ന് സ്വീകരിച്ചതല്ല. മറിച്ച് ഒരു വിപ്ലവ പ്രസ്ഥാനത്തിന്റെ സ്വയം നാശവും ഒരു ജനതയുടെ സമ്പൂർണ്ണ നാശവും ഇരുപതാം നൂറ്റാണ്ടിന്റെ അവസാന ദശകങ്ങളിൽ നമ്മുടെ കൺമുന്നിൽ സംഭവിച്ചതാണ്. പണ്ട് ആഫ്രിക്കയെന്നും വർണ്ണവിവേചനമെന്നും കേട്ടാൽ മുദ്രാവാക്യം വിളിക്കാറുണ്ടായിരുന്ന കേരളീയർ ഇതെല്ലാം നിസ്സംഗമായും മൗനമായും സ്വീകരിച്ചതെന്തുകൊണ്ടായിരിക്കണം. ഒരു പ്രധാനമന്ത്രിയുടെ വധത്തിൽ മനം നൊന്ത് കരയുന്ന ജനത എന്തുകൊണ്ടാണ് മറ്റൊരു ജനതയുടെ സമ്പൂർണ്ണ ഉന്മൂലനത്തെ അവഗണിക്കുന്നത്? ഈ ചോദ്യങ്ങൾക്കുള്ള ഉത്തരമായിരിക്കണം കാൾമാർക്സും ലൂയി അൽത്തൂസറും അന്റോണിയോ ഗ്രാംഷിയും പ്രത്യയശാസ്ത്രമെന്ന പരികല്പനയിലൂടെ വിശദീകരിക്കാൻ ശ്രമിച്ചത്. ഭരണകൂട പ്രത്യയശാസ്ത്രം നമ്മുടെ തലച്ചോറുകളെ നിയന്ത്രിക്കുന്ന 'ഭരിക്കുന്ന ആശയങ്ങൾ' (ruling ideas) ആയി മാറുന്ന കാലത്തോളം നാം സ്വതന്ത്രമായി ജനിക്കപ്പെട്ടാലും നമ്മൾ നിലവിലുള്ള ചങ്ങലകൾകൊണ്ട് സ്വയം ബുദ്ധിയെ കുരുക്കിയിടും. നാം നടത്തേണ്ട സമരം ആശയമണ്ഡലത്തിലും അതിന്റെ ആദ്യത്തെ ഉന്നം സ്വന്തം തലച്ചോറും ആയിത്തീരേണ്ടതുണ്ട്.

ചരിത്രപരവും ജൈവികവുമായ കാരണങ്ങളാൽ പുരുഷലിംഗത്തിന് ആയുധത്തിന്റെ (Weapon) പ്രതിനിധാനമായി വ്യവഹാരങ്ങളിൽ സ്ഥാനം പിടിക്കാൻ കഴിഞ്ഞിട്ടുണ്ട്. ഗുജറാത്ത് കലാപകാലത്ത് ഉയർത്തിപ്പിടിച്ച ലിംഗവുമായി വീടുകളിലേക്ക് ഓടിക്കയറിയ പുരുഷരൂപങ്ങൾ ആനന്ദ് പട്വർദ്ധനൻ ആവിഷ്കരിച്ചിട്ടുണ്ട്. പട്ടാളം സ്ഥിരവാസമാക്കിയ വടക്ക് കിഴക്കൻ സംസ്ഥാനങ്ങളിലും കാശ്മീരിലും സ്ത്രീശക്തികൾക്കു നേരെ നടത്തുന്ന കയ്യേറ്റങ്ങൾ ദൈനംദിന അനുഭവപരിസരമായി പരിണമിക്കുകയാണ് ചെയ്തത്. ഇറാഖിലും മറ്റ് അറബ് ദേശങ്ങളിലും എണ്ണയും മറ്റ് സമ്പത്തും മോഹിച്ചാണ് അധിനിവേശം നടന്നതെങ്കിലും അവിടങ്ങളിലെല്ലാം പുരുഷ ശരീരത്തിന്റെ അക്രാമത്മകമായ രതിമൂർച്ഛയുടെ സന്ദർഭങ്ങൾ കാണാപ്പുറങ്ങളാണ്.

"Crush hard... he should not use his weapon again" വിക്ടോറിയ

നിന്നലറി. അയാളുടെ വൃഷണം എന്റെ കൈക്കുള്ളിൽ ചതഞ്ഞരഞ്ഞു. ബോധം നഷ്ടപ്പെട്ട ഇറാഖി തറയിലേക്ക് കുഴഞ്ഞു വീണു (*ഇട്ടിക്കോര* പു. 30). ഉല്പാദന പ്രത്യുല്പാദന പ്രക്രിയയിൽ മനുഷ്യാദ്ധ്വാനമാണ് എക്കാലത്തും മുഖ്യമായിട്ടുള്ളത്. ഒരു സാമൂഹികവ്യവസ്ഥയെ നില നിർത്താൻ അനുസരണയുള്ള തൊഴിലാളികളെയാണ് നിരന്തരം ഉല്പാദിപ്പിക്കേണ്ടത്. അനുസരിക്കാത്തവരെയും കീഴടങ്ങാത്തവരെയും 'വരിയുടച്ച്' നിരായുധരാക്കുകയെന്ന പ്രാചീന രീതിതന്നെയാണ് ഇത്തരം ആധുനിക ഭരണകൂടങ്ങൾ സ്വീകരിക്കുന്നത്. എല്ലാം പകൽ വെളിച്ചം പോലെ സുതാര്യമായിത്തീർന്ന ആധുനികോത്തര ജീവിതവ്യവസ്ഥയിലും ഈ ഭൂമിയിൽ ലക്ഷക്കണക്കിന് മനുഷ്യർ ഹീനമായി കൊല്ലപ്പെടുമ്പോഴും അധിനിവേശശക്തികൾക്ക് പിന്തുണ ലഭിക്കുന്നതെന്തുകൊണ്ടാണ്? ഇവിടെ ഒരു വൃഷണമോ ഒരു വ്യക്തിയുടെ വൃഷണമോ അല്ല തച്ചുടയ്ക്കുന്നത്, ഒരുജനതയുടെ ഉല്പാദന പ്രത്യുല്പാദന ശേഷിയും അവരുടെ പ്രതികരണ വാഞ്ഛയുമാണ്. ഒരു വശത്ത് പട്ടാളത്തിന്റെയും പൊലീസിന്റെയും ചാരസംഘടനകളുടെയും ശരീരത്തിനും പ്രത്യുല്പാദന പ്രക്രിയയ്ക്കും മേലുള്ള കടന്നുകയറ്റവും മറുവശത്ത് കൃത്യമായ സമ്മത ഉല്പാദനവും നടത്തിക്കൊണ്ടാണ് അധിനിവേശങ്ങൾ കടന്നുപോകുന്നത്. ഇറാഖിലെ ജൈവായുധങ്ങളുടെയും രാസായുധങ്ങളുടെയും കഥകൾ നിരന്തരം പ്രക്ഷേപിച്ചുകൊണ്ട് ജനങ്ങളെ ആദ്യം ഭയത്തിലും പിന്നീട് പാശ്ചാത്യസൈന്യപ്രവേശനത്തിനുള്ള സമ്മതവും ഉല്പാദിപ്പിച്ചത് ചരിത്രത്തിന്റെ ഭാഗമാണ്. എക്കാലത്തും സമ്മതം ഉല്പാദിപ്പിക്കുന്നത് കെട്ടുകഥകളും മിത്തുകളും ഉപയോഗിച്ചുകൊണ്ടാണ്. ആധുനിക മുതലാളിത്തവ്യവസ്ഥയിൽ മിത്തുകളുടെ സ്വഭാവം മാറുന്നുണ്ടെങ്കിലും അവ നിർവ്വഹിക്കുന്ന ദൗത്യം പഴയതുപോലെ അനുസരണയുടെയും കീഴടങ്ങലിന്റെയും അന്തരീക്ഷം സജ്ജമാക്കുകയാണ്. വളരെ എളുപ്പം സാമ്രാജ്യത്വ സൈന്യത്തിന് പിടിച്ചുകൊണ്ടുപോകാൻ കഴിയുന്നു. ബിൻലാദനെപ്പറ്റി പ്രചരിച്ച കഥകളും ശ്രീലങ്കൻ വിമോചനപ്പോരാളിയായ വേലുപ്പിള്ളൈ പ്രഭാകരനെ അധികരിച്ച് വന്നുകൊണ്ടിരുന്ന വാർത്തകളും ആധുനിക മിത്തുക്കളുടെ യഥാർത്ഥ സ്വഭാവമാണ് കാണിക്കുന്നത്. ഭരണകൂടങ്ങളുടെ പ്രഹരശേഷി കുറച്ചു കാണിക്കുകയും ശത്രുവിനെ പർവ്വതീകരിക്കുകയും ചെയ്തുകൊണ്ട് ലോകജനതയുടെ പിന്തുണയാർജ്ജിക്കുകയാണ് സാമ്രാജ്യത്വം ചെയ്യുന്നത്. ജനങ്ങൾ ഭരണകൂടത്തിന്റെ മർദ്ദനമുറകൾക്കും ഉന്മൂലനങ്ങൾക്കും പിന്തുണ നല്കുന്നത് രണ്ടു വിധത്തിലാണ്. ഒന്നാമതായി ദേശീയത, സുരക്ഷിതത്വം, പാരമ്പര്യം, മാന്യത, സുസ്ഥിരത മുതലായ സങ്കല്പനങ്ങളെ അവലംബിച്ചുകൊണ്ടുള്ള പ്രകടമായ സമ്മതമാണ്. മറ്റൊന്ന് നിസ്സംഗമായി നോക്കി നില്ക്കുകയും പ്രതികരണങ്ങളിൽ നിന്നു മാറിനില്ക്കുകയും ചെയ്തുകൊണ്ട് നല്കുന്ന സമ്മതമാണ്. പല തവണ മരി

ക്കുകയും പുനർജ്ജനിക്കുകയും ചെയ്തുകൊണ്ടിരുന്ന തമിഴ് പുലി പ്രഭാകരനും ഇസ്ലാം ഭീകരവാദി ബിൻലാദനും ചിറകുകളുള്ള പറക്കുന്ന ബുദ്ധ സന്യാസിമാരെയാണ് ഓർമ്മിപ്പിക്കുന്നത്. ഭൂമിയിൽ പ്രവർത്തിക്കുകയും മനുഷ്യരോടും ഭരണകർത്താക്കളോടും സ്വാർത്ഥതയും ഹിംസയും ഉപേക്ഷിക്കാൻ പ്രബോധനം നടത്തുകയും ചെയ്യുന്ന ബുദ്ധസന്യാസിമാർക്കു പകരം ചിറകുള്ള പറക്കുന്ന അദൃശ്യമായ ബുദ്ധന്മാരെ സൃഷ്ടിച്ചുകൊണ്ട് ശത്രു സംഹാരം നടത്തിയതിന്റെ ചരിത്രമാണ് നമുക്ക് ലഭിക്കുന്നത്. ഇന്ത്യയിൽ വ്യാപകമായി നിലനിന്ന ബുദ്ധവിശ്വാസികളെയും അവരുടെ മഠങ്ങളെയും എങ്ങനെയാണ് ഉന്മൂലനം ചെയ്തത്? ബ്രാഹ്മണാധിപത്യത്തിന് എതിരായി രൂപപ്പെട്ട ബുദ്ധമതത്തെ രണ്ട് രീതിയിൽ ഇന്ത്യാ രാജ്യത്തു നിന്നും ഉന്മൂലനം ചെയ്യുകയാണുണ്ടായത്; ഒന്നാമതായി നേരിട്ടുള്ള ഭരണകൂട ആക്രമണങ്ങളിലൂടെ ഹിംസാത്മകമായി തകർക്കുകയായിരുന്നു. രണ്ടാമതായി തകർത്താലും തകരാത്ത ഡി എൻ എ പോലുള്ള ആശയത്തെ വക്രീകരിച്ചും വ്യാഖ്യാനിച്ചും മിത്തുകളാക്കി പരിവർത്തിപ്പിച്ചും തകർക്കുകയാണ് ചെയ്തത്. സോക്രട്ടീസിനെ ഭരണകൂടത്തിന് വിഷം കൊടുത്ത് കൊല്ലാൻ സാധിച്ചു. എന്നാൽ സോക്രട്ടീസിന്റെ ആശയങ്ങളെ പൂർണ്ണമായി തകർക്കാനോ നശിപ്പിക്കാനോ ഭരണകൂടത്തിന് സാധിച്ചില്ല. ആശയങ്ങളുടെ അതിജീവന സാദ്ധ്യത തടയാൻ മേല്ക്കോയ്മാ പ്രത്യയശാസ്ത്രത്തെയാണ് എക്കാലത്തും പ്രയോഗിക്കാറുള്ളത്. പലിശക്കാർക്കും മർദ്ദകർക്കും എതിരായി സംസാരിച്ച യേശുവിനെ അവർക്ക് കുരിശിലേറ്റാൻ കഴിഞ്ഞു. എന്നാൽ യേശുവിന്റെ ആശയലോകത്തെ വക്രീകരിക്കാനല്ലാതെ കുരിശിലേറ്റാൻ ചൂഷകവർഗ്ഗത്തിന് സാധിക്കുകയില്ല.

നക്ഷത്രക്കാര നമ്മുടെ ചരിത്രത്തിലെ ധൈഷണിക സാന്നിദ്ധ്യത്തിന്റെ പ്രതിനിധാനമാണ്. സുഗന്ധി എന്ന ദേവനായകി കോളനീകരണത്തിനും ഫാഷിസത്തിനുമെതിരായ സമരോത്സുക സ്ത്രീസ്വത്വത്തിന്റെ പ്രതിനിധാനവും നമുക്ക് നഷ്ടപ്പെട്ട അറിവും അപഹരിക്കപ്പെട്ട അധികാരവും തിരിച്ചുപിടിക്കാനുള്ള പ്രതിബോധമാണ് ടി ഡി രാമകൃഷ്ണന്റെ ഈ നോവലുകളുടെ പുതിയ ഭാവുകത്വപരിസരം നോവൽ സാഹിത്യത്തിൽ മലയാളിക്ക് ഭാവിരചനകൾക്കുള്ള മാനദണ്ഡമായിത്തീരുമെന്നും പ്രതീക്ഷിക്കാം.

പൊതുസമൂഹവും രാഷ്ട്രീയ സമൂഹവും കൂടിച്ചേർന്നാണ് ഭരണകൂടം രൂപപ്പെടുന്നതെന്ന് അന്റോണിയോ ഗ്രാംഷി സിദ്ധാന്തിച്ചിട്ടുണ്ട്. ഭരിക്കപ്പെടുന്നവരും ഭരണകൂടവുമായുള്ള ബന്ധമാണ് രാഷ്ട്രീയം. ഭരണത്തെ ശാശ്വതീകരിക്കാൻ ജനങ്ങളുടെ അഥവാ പൗരസമൂഹത്തിന്റെ സമ്മതം അനിവാര്യമാണ്. സമ്മതം അനിച്ഛാപരമായി ഉല്പാദിപ്പിക്കാനുള്ള പ്രവർത്തനങ്ങളാണ് ഭരണകൂടത്തിന്റെ പ്രത്യയശാസ്ത്ര ഉപകരണങ്ങൾ നിർവ്വഹിക്കുന്നത്. ജനങ്ങൾ എന്ന പരികല്പനപോലും ആധുനിക ഭര

ണകൂടത്തിന്റെ സമ്മതമുല്പാദനപ്രക്രിയയുടെ ഭാഗമായി രൂപപ്പെടുത്തി യതാണ്. യഥാർത്ഥത്തിൽ ബഹുജനങ്ങളാണ് എല്ലാ കാലത്തും എല്ലാ ഭൂപ്രദേശങ്ങളിലും അധിവസിച്ചിട്ടുള്ളത്. ബഹുജനങ്ങളിലെ 'ബഹുത്വ'ത്തെ ഭരണകൂടങ്ങൾ ഭയപ്പെടുന്നു. വംശശുദ്ധിയുടെ പേരിൽ ആവിഷ്കരിക്കപ്പെട്ട ഫാസിസം ബഹുസ്വരതയ്ക്കും വിയോജിപ്പുകൾക്കും ഇടം നിഷേധിക്കുകമാത്രമല്ല, വ്യത്യാസങ്ങളെ അമർച്ച ചെയ്യാനും ആഹ്വാനംചെയ്യുന്നു. 'വെറുപ്പിന്റെ വ്യാപാരികൾ' ഫാസിസത്തെ പ്രതി രോധിക്കാനുള്ള എഴുത്തുകാരന്റെ ഉത്തരവാദിത്വമാണ് നിർവ്വഹിക്കുന്നത്. വെറുപ്പിന്റെ തത്ത്വശാസ്ത്രമാണ് ഫാസിസത്തിന്റെ മൗലികമായ സ്വഭാവം. അന്യമത/അന്യ സംസ്കാര വിരോധമാണ് മുസോളിനിയുടെ ഇറ്റലിയിലും ഹിറ്റ്ലറുടെ ജർമ്മനിയിലും വംശഹത്യക്ക് സാധൂകരണം നല്കിയത്. സംസ്കാരത്തിന്റെ രാഷ്ട്രീയത്തിലാണ് ഫാസിസം കേന്ദ്രീകരിക്കുന്നത്. അന്യൻ (other) എന്ന കാഴ്ചപ്പാട് പൊതുബോധത്തിൽ അരക്കിട്ടുറപ്പി ക്കാൻ ദേശസ്നേഹത്തിന്റെയും വംശശുദ്ധിയുടെയും മന്ത്രമാണ് ആവർത്തിച്ച് ആലപിക്കാറുള്ളത്.

എപ്പോഴും ഒരു അന്യൻ അഥവാ അപരൻ ഉണ്ടാവേണ്ടത് ഫാസിസ ത്തിന്റെ അനിവാര്യതയാണ്. ഫാസിസ്റ്റ് തത്ത്വചിന്ത ഏകീകരണത്തിൽ (Homogenization) വിശ്വസിക്കുന്നു. സമൂഹത്തിന്റെയും പരിസ്ഥിതിയു ടെയും ബഹുസ്വരതയും വൈജാത്യവും (Heterogencity) തകർത്തു കൊണ്ടാണ് മുതലാളിത്തവും ഫാസിസവും വികസന സങ്കല്പം മുന്നോട്ടു വയ്ക്കുന്നത്.

പ്രത്യയശാസ്ത്രപരമായ സമഗ്രാധിപത്യത്തിന് (Hegemony) കീഴ ടങ്ങാതിരിക്കുമ്പോഴാണ് ഒരാളെയോ ഒരു ജനതയെയോ മർദ്ദക ഉപകര ണങ്ങൾ ഉപയോഗിച്ച് ഭരണകൂടം ഇല്ലായ്മ ചെയ്യുന്നതെന്ന് മുസോളിനി യുടെ തടവറയിലിരുന്ന് ഗ്രാംഷി എഴുതിയിട്ടുണ്ട്. 'വെറുപ്പിന്റെ വ്യാപാരി കൾ' ആവിഷ്കരിക്കുന്നത് ആസന്നമായ പ്രതിചിന്തകരുടെ വിഗ്രഹമാണ്. അനുസരിക്കാതിരിക്കുന്നവർക്ക് തടവറകളോ മരണമോ സൗകര്യംപോലെ വിധിക്കുന്നതാണ് ഫാസിസത്തിന്റെ രീതി. ഫാസിസത്തിന്റെ അടിസ്ഥാ നതത്ത്വം വംശീയതയിലധിഷ്ഠിതമായ വെറുപ്പാണ്. വംശീയത ജന്മസി ദ്ധമാണെന്ന മനുവിന്റെ വാദത്തെ ചോദ്യം ചെയ്തുകൊണ്ടാണ് അംബേ ദ്കർ ബുദ്ധമതം സ്വീകരിച്ചത്. സാംസ്കാരികസ്വത്വങ്ങൾ അധീശപ്രത്യ യശാസ്ത്രത്തിനകത്ത് നിർമ്മിച്ചെടുക്കുന്നതാണെന്ന യാഥാർത്ഥ്യം ഫാസിസം അംഗീകരിക്കുന്നില്ല. ദേശം/വിദേശം, സവർണ്ണം/അവർണ്ണം, ഉൽകൃഷ്ടം/അപകൃഷ്ടം, സംസ്കൃതം/അസംസ്കൃതം, ഉത്തമം/മ്ലേച്ഛം മുത ലായ ദ്വന്ദ്വങ്ങൾ സൃഷ്ടിച്ചുകൊണ്ട് ജാതി വിവേചനത്തെയും വർണ്ണവി വേചനത്തെയും പുരുഷാധിപത്യത്തെയും ശാശ്വതീകരിക്കാനാണ് ഫാസിസം ശ്രമിക്കുന്നത്. ഒരുവശത്ത് സാമ്രാജ്യത്വ സമ്പദ്വ്യവസ്ഥയും

മറുവശത്ത് ശ്രേണീബദ്ധമായ ജാതി വ്യവസ്ഥയും ശാശ്വതീകരിച്ചുകൊണ്ട് നൂറ്റാണ്ടുകളായി നിലനില്ക്കുന്ന അടിമത്തം തുടരുന്നതിന് ആരെയും വധിക്കാൻ ഫാസിസം മടിക്കുന്നില്ല. ദേശക്കൂറിന്റെ അളവുകോലുപയോഗിച്ച് ഒരാളെ ശത്രുവായി അടയാളപ്പെടുത്തിയാൽ പിന്നീട് ഉന്മൂലനം എളുപ്പമാണ്. 'വെറുപ്പിന്റെ വ്യാപാരികൾ' എഴുത്തുകാരനെന്നനിലയിൽ ടി ഡി രാമകൃഷ്ണൻ ഏറ്റെടുത്ത വിമോചനാത്മക ദൗത്യത്തിന്റെ തുടർച്ചയിലാണ് കാണേണ്ടത്. ലോകപ്രശ്സത സാഹിത്യകാരനായ യു ആർ അനന്തമൂർത്തിയെ നാടുകടത്താൻ ആഹ്വാനം ചെയ്തതും ചിന്തകനും എഴുത്തുകാരനുമായ കൽബുർഗിയെ ഹീനമായി വധിച്ചതും സാംസ്കാരിക ദേശീയതയുടെ ഏകീകരണത്തിന് വിധേയമാകാതെ സ്വതന്ത്രചിന്ത നിലനിർത്താൻ ശ്രമിച്ചതുകൊണ്ടാണ്. എം എഫ് ഹുസൈൻ ഇന്ത്യ വിട്ട് മറ്റൊരു ദേശത്തു ജീവിതസായാഹ്നം ചെലവഴിച്ചതും ദുഃഖഭാരത്താൽ അന്തരിച്ചതും ഫാസിസത്തിന്റെ ഏകീകരണത്തെ ഉല്ലംഘിക്കുമെന്ന കാരണത്താലാണ്. എഴുത്തുകാരുടെ ലോകം സ്വതന്ത്രചിന്തയുടെയും വൈവിദ്ധ്യത്തിന്റെയും വിയോജിപ്പിന്റെയും ജീവിതവും പ്രതിരോധവുമാണ്. വെറുപ്പിന്റെ വ്യാപാരികൾക്ക് ഷൈലോക്കിന്റെ വാസനയാണ്. പണം മാത്രമല്ല മാംസവും പ്രിയപ്പെട്ടതാണ്. മനുഷ്യമാംസമാണെന്ന് മാത്രം. ചരിത്രത്തിലുടനീളം ഹിംസാത്മകതയിലധിഷഠിതമായ വെറുപ്പിന്റെ തത്ത്വചിന്ത യുദ്ധങ്ങൾക്കും സംഘർഷങ്ങൾക്കും അധിനിവേശങ്ങൾക്കും ചാലകശക്തിയായിട്ടുണ്ട്. പ്രതിചിന്തകളും പ്രതിരോധങ്ങളും സ്വതന്ത്രമായ ആവിഷ്കാരങ്ങൾക്കും ബഹുസ്വരതകൾക്കും ജൈവികമായ വികാസ പരിണാമങ്ങൾക്കും ഇടം നല്കിക്കൊണ്ട് ചരിത്രത്തെ തിരുത്തി എഴുതിക്കൊണ്ട് മുന്നേറുകയും ചെയ്യും.

വെറുപ്പിന്റെ വ്യാപാരികൾ

ടി ഡി രാമകൃഷ്ണൻ

അർദ്ധരാത്രിയിൽ തുടർച്ചയായി കോളിങ് ബെൽ അടിക്കുന്നതു കേട്ട് ഞെട്ടിയുണരുമ്പോൾ വലിയൊരു ദുരന്തമാണ് വിളിച്ചുണർത്തുന്നതെന്ന് ഞാനറിഞ്ഞിരുന്നില്ല. മദ്യപാനിയായ അയൽക്കാരന് വീട് മാറിപ്പോയതോ കോളനിയിലെ അത്യാസന്നനായ ഏതെങ്കിലും രോഗിയെ ആശുപത്രിയിലേക്ക് കൊണ്ടുപോകാൻ ആരോ വന്ന് വിളിക്കുന്നതോ ആയിരിക്കുമെന്നാണ് കരുതിയത്. എന്നാൽ കതക് തുറന്ന് നോക്കിയപ്പോൾ ഞെട്ടിപ്പോയി. മൂന്നുനാല് അപരിചിതർ. എല്ലാവരും കാവി മുണ്ടും കറുത്ത ഷർട്ടുമാണ് ധരിച്ചിരിക്കുന്നത്. നെറ്റിയിലെ കുങ്കുമവും ചന്ദനവും കരിപ്രസാദവും കൂടിയായപ്പോൾ അവരാരാണെന്ന കാര്യം ഒറ്റനോട്ടത്തിൽത്തന്നെ വ്യക്തമായി. ഇന്നലെ വൈകുന്നേരം പട്ടണത്തിൽ കെ എസ് ഭഗവാനോടൊപ്പം ഒരു പരിപാടിയിൽ പങ്കെടുത്തതിന് ഇത്ര പെട്ടെന്നൊരു പ്രതികരണം പ്രതീക്ഷിച്ചിരുന്നില്ല. അവരിൽ നേതാവെന്ന് തോന്നിക്കുന്ന അല്പം തടിച്ച കഷണ്ടിയുള്ള ആൾ ഒരു വരണ്ട ചിരിയുമായി പൂമുഖത്തേക്ക് കയറിവന്നു.

"നോവലിസ്റ്റ് രാമചന്ദ്രനല്ലേ? അത്യാവശ്യമായി കാര്യാലയം വരെ ഒന്നുവരണം. ഞങ്ങൾ കാറുമായിട്ടാണ് വന്നിരിക്കുന്നത്."

"ഏത് കാര്യാലയം?"

"സാറിന് കാര്യാലയം എന്ന് പറഞ്ഞാൽ മനസ്സിലാകില്ല അല്ലേ. ഞങ്ങൾ സുന്ദർജി പറഞ്ഞയച്ചിട്ടാണ് വരുന്നത്. സുന്ദർജി എന്ന പേരു കേട്ടപ്പോൾ കാര്യങ്ങൾ വ്യക്തമായി. സുന്ദരരാമൻ പ്രീഡിഗ്രിക്ക് ഒരുമിച്ച് പഠിച്ചതാണ്. അന്നേ തീവ്രഹൈന്ദവ രാഷ്ട്രീയത്തിന്റെ കൂടെയായിരുന്നു. പിന്നീട് പഠിപ്പും ജീവിതത്തിലെ മറ്റെല്ലാ കാര്യങ്ങളും ഉപേക്ഷിച്ച് മുഴു

"കതക് തുറന്ന് നോക്കിയപ്പോൾ ഞെട്ടിപ്പോയി. മൂന്നുനാല് അപരിചിതർ. എല്ലാവരും കാവി മുണ്ടും കറുത്ത ഷർട്ടുമാണ് ധരിച്ചിരിക്കുന്നത്. നെറ്റിയിലെ കുങ്കുമവും ചന്ദനവും കരിപ്രസാദവും കൂടിയായപ്പോൾ അവരാരാണെന്ന കാര്യം ഒറ്റനോട്ടത്തിൽത്തന്നെ വ്യക്തമായി."

വൻ സമയ പ്രവർത്തകനായി. ഇപ്പോൾ പ്രസ്ഥാനത്തിൽ വളരെ ഉയർന്ന സ്ഥാനത്താണ്. എല്ലാവരും സുന്ദർജിയെന്നേ വിളിക്കൂ. സൗമ്യനും മാന്യനുമെന്ന നിലയിൽ പൊതുസമൂഹത്തിലും സ്വീകാര്യനാണ്. എങ്കിലും ഈ പാതിരാത്രിക്ക് വിളിപ്പിക്കുന്നതെന്തിനാണ്?"

"എന്താണ് ഇത്ര അർജന്റ്. സുന്ദർജിക്ക് നാളെ കാലത്ത് എന്നോട് സംസാരിച്ചാൽ പോരേ?"

"അയ്യോ പോര, അദ്ദേഹം ഒരു കാര്യം തീരുമാനിച്ചാൽ അപ്പോൾ തന്നെ നടത്തിയിരിക്കും. താങ്കളെ 'കൊല്ലാനൊന്നുമല്ല, കൊണ്ടുപോകുന്നത്. ചില വിവരങ്ങൾ സംസാരിക്കാനാണ്. അത് കഴിഞ്ഞാൽ ഇവിടെ തിരിച്ചു കൊണ്ടു വന്നാക്കും."

ഇവരോട് തർക്കിച്ചിട്ടു പ്രയോജനമില്ലെന്ന് തോന്നിയതിനാൽ വേഗം അകത്തുപോയി ഷർട്ടെടുത്തിട്ട് ചെന്നു... 'കൊല്ലാനൊന്നുമല്ല കൊണ്ടുപോകുന്നത്' എന്ന വാക്കുകൾ അതുവരെ ഭയത്തോടെ നിന്ന ഭാര്യയ്ക്ക് അല്പം ആശ്വാസം നല്കിയിരിക്കണം. "സുന്ദരനൊന്ന് അത്യാവശ്യമായി കാണണമത്രേ. നീ കിടന്നോളൂ. തിരിച്ചുവരാൻ വൈകും." എന്നവളോട് പറയുമ്പോൾ എന്റെ ശബ്ദത്തിൽ വിറയലുണ്ടായിരുന്നോ എന്നൊരു സംശയം. സുന്ദരനെ നേരിട്ട് കാണുകയോ സംസാരിക്കുകയോ ചെയ്തിട്ട് വർഷങ്ങൾ കഴിഞ്ഞിരിക്കുന്നു. ചാനൽ ചർച്ചകളിൽ മാത്രമേ കാണാറുള്ളൂ. എങ്കിലും ഒരു നേതാവെന്ന നിലയിൽ അയാളുടെ വളർച്ച തനിക്കും എഴുത്തുകാരനെന്ന നിലയിൽ തന്റെ വളർച്ച അയാൾക്കും കൃത്യമായി അറിയാം.

കാറിൽ വെച്ച് അവർ എന്നോടധികം സംസാരിച്ചില്ല. മ്യൂസിക് പ്ലെയറിൽനിന്നും ഒഴുകിവന്ന നേർത്ത ദേശഭക്തിഗാനങ്ങളുടെ പശ്ചാത്തലത്തിൽ സുന്ദർജിയുടെ നേതൃപാടവത്തെക്കുറിച്ചും അർപ്പണബോധത്തെക്കുറിച്ചും ഇടയ്ക്കെന്തൊക്കെയോ പറഞ്ഞു. അദ്ദേഹത്തിന്റെ സഹപാഠിയാകാൻ കഴിഞ്ഞത് എന്റെ ഭാഗ്യമാണെന്നും ഭാവിയിൽ നാടിന്റെ മുഖ്യമന്ത്രിയാകാൻ പോകുന്ന ആളാണെന്നും സൂചിപ്പിച്ചു. കഷ്ടിച്ച് അരമണിക്കൂറിനുള്ളിൽ ഞങ്ങൾ കാര്യാലയത്തിലെത്തി. അത് ബ്രാഹ്മണർ മാത്രം താമസിക്കുന്ന അഗ്രഹാരത്തിലെ അകത്തേക്ക് നീണ്ടുപോകുന്ന ഒരു പഴയ വീടായിരുന്നു. രണ്ടുമൂന്ന് മുറികൾ കടന്ന് പ്രധാന മുറിയിലെത്തിയപ്പോൾ അവിടെ സുന്ദർജിയും അനുചരന്മാരും എന്നെ കാത്തിരിക്കുകയായിരുന്നു.

ശുഭ്രവസ്ത്രധാരിയായിരുന്നു സുന്ദർജി. കൃത്യമായ വ്യായാമവും ചിട്ടയുള്ള ജീവിതവും കാരണമാകാം നല്ല ഒതുക്കമുള്ള ശരീരം. പൂർണ്ണമായി നരച്ച താടി ഭംഗിയായി വെട്ടിയൊതുക്കിയിട്ടുണ്ട്. കഴുത്തിൽ സ്വർണ്ണത്തിൽ കെട്ടിയ ഒരു പഞ്ചമുഖ രുദ്രാക്ഷം. കണ്ണുകളിൽ വല്ലാത്തൊരു തിളക്ക

"കാറിൽ വെച്ച് അവർ എന്നോടധികം സംസാരിച്ചില്ല. മ്യൂസിക് പ്ലെയറിൽനിന്നും ഒഴുകിവന്ന നേർത്ത ദേശഭക്തിഗാനങ്ങളുടെ പശ്ചാത്തലത്തിൽ സുന്ദർജിയുടെ നേതൃപാടവത്തെക്കുറിച്ചും അർപ്പണബോധത്തെക്കുറിച്ചും ഇടയ്ക്കെന്തൊക്കെയോ പറഞ്ഞു."

മുണ്ട്. ഇതാണ് അധികാരത്തിന്റെ തിളക്കമെന്ന് മനസ്സെന്നോട് പറഞ്ഞു. നെറ്റിയിൽ മറ്റുള്ളവരെപ്പോലെ കുങ്കുമവും ചന്ദനവും കരി പ്രസാദവും. വെളുക്കെ ചിരിച്ച് രണ്ടു കൈയും കുപ്പിയാണ് അദ്ദേഹമെന്നെ സ്വീകരിച്ചത്.

"നമസ്കാരം രാമചന്ദ്രജി ജയ് ശ്രീറാം."

പ്രത്യഭിവാദ്യമായി കയ്യുയർത്തി അദ്ദേഹം ചൂണ്ടിക്കാണിച്ച കസേരയിൽ ഇരുന്നപ്പോഴേക്കും ഒരു അനുചരൻ ചെറിയ നാക്കിലയിൽ പൂവും പ്രസാദവും ഒരു വടയും കുറച്ച് അവലും എന്റെ കൈയിലേക്ക് തന്നു.

"കോട്ടയ്ക്കകത്തെ ഹനുമാൻ കോവിലിലെ വടമാല വിശേഷമാണ് കഴിച്ചോളൂ.."

"എന്നെ എന്തിനാണ് ഈ പാതിരയ്ക്ക് ഇങ്ങോട്ടു കൊണ്ടുവന്നത്?"

"തിരക്ക് കൂട്ടാതെ. രാമചന്ദ്രജി... എല്ലാം വിശദമായി പറയാം. താങ്കളാദ്യം പ്രസാദം കഴിക്കൂ..."

ഞാൻ നാക്കിലയിൽ നിന്ന് ചന്ദനമെടുത്ത് നെറ്റിയിൽ തൊട്ടു എന്നു വരുത്തി ഒരു കഷണം വട പൊട്ടിച്ച് കഴിച്ചു. സുന്ദർജി എന്തോ അത്ഭുതം സംഭവിച്ചതുപോലെ തന്റെ കൂട്ടാളികളെ നോക്കി കുടകുടാ ചിരിച്ചു.

"രാമചന്ദ്രജി, ഇവർ എന്നോട് പറയുകയായിരുന്നു താങ്കൾ വലിയ യുക്തിവാദിയാണ്. ചന്ദനം തൊടില്ല. പ്രസാദം കഴിക്കില്ല. എന്നൊക്കെ. ഒരാൾക്ക് ജനിച്ച മതത്തെയോ മാതാവിനെയോ മാറ്റാൻ പറ്റുമോ അല്ലേ? എനിക്ക് താങ്കളെ ഒരമ്പത് വർഷമായി അറിയുന്നതല്ലേ. താങ്കൾ ഇന്നലെ കെ എസ് ഭഗവാന്റെ കൂടെ ഒരു ചടങ്ങിൽ പങ്കെടുത്തിരുന്നല്ലോ. ആ വേദിയിൽ വെച്ച് നിങ്ങളെല്ലാവരും ഞങ്ങളെ കണക്കില്ലാതെ ആക്ഷേപിക്കുകയും ചെയ്തു. ആ പ്രോഗ്രാം മുഴുവനും ഞങ്ങളുടെ ഒരു പ്രവർത്തകൻ ഷൂട്ട് ചെയ്ത് കൊണ്ടുവന്ന് എനിക്ക് കാണിച്ചുതന്നു. അതാണ് താങ്കളെ ഉടൻ തന്നെ ഇങ്ങോട്ട് വിളിപ്പിക്കാനുള്ള കാരണം."

"അപ്പോൾ താങ്കൾക്കെന്റെ നിലപാടുകൾ വ്യക്തമായി മനസ്സിലായിക്കാണുമല്ലോ. പിന്നെ ഇത്തരമൊരു കൂടിക്കാഴ്ചയ്ക്കെന്താണ് പ്രസക്തി?"

"പ്രസക്തിയുണ്ട്. താങ്കളെ തിന്മയിൽ നിന്നും നന്മയിലേക്ക് നയിക്കാനുള്ള ബാദ്ധ്യത ഒരു സഹപാഠിയെന്ന നിലയ്ക്ക് എനിക്കുണ്ട്. ഭഗവാനെന്നും രാമചന്ദ്രനെന്നുമൊക്കെ പേരുള്ളവർ ദൈവനിഷേധികളായി മാറുന്നത് ഈ നാടിന് ആപത്തേ വരുത്തൂ."

"എന്റെ പേര് ഞാൻ തെരഞ്ഞെടുത്തതല്ല. ഭഗവാനെ സംബന്ധിച്ചും അങ്ങനെ തന്നെയായിരിക്കുമെന്നാണ് തോന്നുന്നത്. ഞങ്ങൾ വാക്കുകൊണ്ടോ പ്രവൃത്തികൊണ്ടോ ഈ നാടിന് ഒരാപത്തും വരുത്തരുത് എന്ന് വിശ്വസിക്കുന്നവരാണ്."

"ശരി അങ്ങനെയാണെങ്കിൽ സന്തോഷം രാമചന്ദ്രജി." താങ്കൾ ഇന്ന്

"ശുഭ്രവസ്ത്രധാരിയായിരുന്നു സുന്ദർജി. കൃത്യമായ വ്യായാമവും ചിട്ടയുള്ള ജീവിതവും കാരണമാകാം നല്ല ഒതുക്കമുള്ള ശരീരം. പൂർണ്ണമായി നരച്ച താടി ഭംഗിയായി വെട്ടിയൊതുക്കിയിട്ടുണ്ട്. കഴുത്തിൽ സ്വർണ്ണത്തിൽ കെട്ടിയ ഒരു പഞ്ചമുഖ രുദ്രാക്ഷം."

അറിയപ്പെടുന്നൊരു എഴുത്തുകാരനാണ്. ഞങ്ങൾക്കതിൽ വലിയ അഭിമാനമുണ്ട്. താങ്കളെപ്പോലെയുള്ളവർ ഞങ്ങളുടെ കൂടെ നില്ക്കണമെന്നും ഈ രാജ്യത്തിന്റെ പുരോഗമനത്തിലും വളർച്ചയിലും പങ്കാളികളാകണമെന്നുമാണ് ഞങ്ങളുടെ പ്രസ്ഥാനം ആഗ്രഹിക്കുന്നത്. എഴുത്തുകാരനെന്ന നിലയിൽ താങ്കൾക്ക് ഇതിലും വലിയ അംഗീകാരങ്ങൾ ലഭിക്കണമെന്നാണ് ഞങ്ങളുടെ ആഗ്രഹം. അതിനുവേണ്ട ചില കാര്യങ്ങൾ ചെയ്യാനുദ്ദേശിക്കുന്നുണ്ട്. പക്ഷേ, സാമൂഹികവും രാഷ്ട്രീയവുമായി താങ്കളെടുക്കുന്ന നിലപാടുകളാണ് പ്രശ്നം. നമുക്കിടയിലുള്ള അത്തരം അഭിപ്രായ വ്യത്യാസങ്ങൾ ലഘൂകരിക്കാൻ കഴിയില്ലേ?"

"അതത്ര എളുപ്പത്തിൽ സാദ്ധ്യമാണെന്ന് തോന്നുന്നില്ല. ഞാൻ അറിവിന്റെയും അനുഭവങ്ങളുടെയും അടിസ്ഥാനത്തിൽ കാര്യങ്ങളെ മനസ്സിലാക്കാൻ ശ്രമിക്കുന്നവനാണ്. താങ്കളും താങ്കളുടെ പ്രസ്ഥാനവും വിശ്വാസങ്ങളുടെയും ആചാരങ്ങളുടെയും അടിസ്ഥാനത്തിലാണ് പ്രശ്നങ്ങളെ സമീപിക്കുന്നത്. വളരെ വ്യത്യസ്തമായ രണ്ടു സമീപനങ്ങളാണിവ. നമ്മുടെ അഭിപ്രായ വ്യത്യാസങ്ങൾ ഒരു രാത്രികൊണ്ട് പരിഹരിക്കാവുന്നവയല്ല. പിന്നെ ചില അംഗീകാരങ്ങൾക്കോ സ്ഥാനമാനങ്ങൾക്കോ വേണ്ടി നിലപാടുകൾ മാറ്റാൻ ഞാനാഗ്രഹിക്കുന്നുമില്ല."

"നമ്മുടെ സമീപനങ്ങളിൽ കാര്യമായ വ്യത്യാസമുണ്ടെന്നത് ശരിയാണ്. മനുഷ്യവംശം ഇതുവരെ നേടിയ അറിവും അനുഭവവും പ്രപഞ്ചത്തിന്റെ അനന്തതയും അപാരതയുമായി താരതമ്യം ചെയ്യുമ്പോൾ എത്ര നിസ്സാരമാണ്. സൂക്ഷ്മമായ തലത്തിലും സ്ഥൂലമായ തലത്തിലും. ആ നിസ്സാരമായ അറിവിൽ നമ്മൾ അഹങ്കരിക്കുന്നത് ശരിയാണോ?"

"അതിന് ഞങ്ങളഹങ്കരിക്കുന്നില്ലല്ലോ... ഞങ്ങൾ പ്രപഞ്ചത്തെ വളരെ വിനയത്തോടുകൂടി തന്നെയാണ് സമീപിക്കുന്നത്. പക്ഷേ, അത് ഏതെങ്കിലും അദൃശ്യശക്തിയുടെ നിയന്ത്രണത്തിനനുസരിച്ച് പ്രവർത്തിക്കുകയാണെന്ന് വിശ്വസിക്കുന്നില്ല. മിത്തോളജിയെ ശാസ്ത്രീയമായി കരുതുന്നതാണ് നിങ്ങളുടെ സമീപനത്തിന്റെ അടിസ്ഥാനപരമായ പിശക്."

"ശരി ഇക്കാര്യത്തിൽ നമ്മൾ തമ്മിലൊരു തർക്കം വേണ്ട. അല്ലെങ്കിലും യുക്തിവാദികളോടും കമ്യൂണിസ്റ്റുകാരോടും പ്രപഞ്ചത്തെക്കുറിച്ചും ജ്ഞാനത്തെക്കുറിച്ചും തർക്കിക്കാൻ പോകരുതെന്നാണ് ആചാര്യന്മാർ പറഞ്ഞിട്ടുള്ളത്. എങ്കിലും ഒരു കാര്യം ചോദിക്കാതെ വയ്യ. നിങ്ങൾ ജനാധിപത്യത്തിന്റെ വലിയ വക്താക്കളാണല്ലോ. എന്നിട്ടും ജനാധിപത്യപരമായി തിരഞ്ഞെടുക്കപ്പെട്ട ഒരു ഭരണകൂടത്തോട് എന്തിനാണ് താങ്കളെപ്പോലെയുള്ള എഴുത്തുകാർക്കും ബുദ്ധിജീവികൾക്കും ഇത്ര അസഹിഷ്ണുത. ഞങ്ങളെ സമാധാനപരമായി ഭരിക്കാൻ അനുവദിച്ചുകൂടേ?"

"അപ്പോൾ അതാണ് കാര്യം. ഭരണം. അതിന് ആരും തടസ്സം നില്ക്കു

"അപ്പോൾ താങ്കൾക്കെന്റെ നിലപാടുകൾ വ്യക്തമായി
മനസ്സിലായിക്കാണുമല്ലോ. പിന്നെ ഇത്തരമൊരു
കൂടിക്കാഴ്ചയ്ക്കെന്താണ് പ്രസക്തി?"

ന്നില്ലല്ലോ. ഞങ്ങളുടെ ഭാഗത്തുനിന്ന് ഒരു അസഹിഷ്ണുതയുമില്ല. എന്ത് ഭക്ഷണം കഴിക്കണമെന്നും ഏത് വസ്ത്രം ധരിക്കണമെന്നും ആര് പാട്ട് പാടണമെന്നുമൊക്കെ പറഞ്ഞ് നിങ്ങളാണ് അസഹിഷ്ണുക്കളാകുന്നത്."

"രാമചന്ദ്രജി ഓരോ ദേശത്തിനും അതിന്റെ ഒരു ചരിത്രവും പാരമ്പര്യവുമുണ്ട്. ആഹാരവും വസ്ത്രവും സംഗീതവുമൊക്കെ അതിനോട് ബന്ധപ്പെട്ടതാണ്. നമ്മുടെ ദേശത്തിന്റെ ചരിത്രത്തെ നിഷേധിക്കുകയും പാരമ്പര്യത്തെ നിരാകരിക്കുകയും ചെയ്യുന്ന കാര്യങ്ങളെയാണ് ഞങ്ങൾ എതിർക്കുന്നത്."

"ഗോമാംസം കഴിക്കുന്നത് നമ്മുടെ പാരമ്പര്യത്തിന് എതിരാണെന്നാണോ താങ്കൾ പറഞ്ഞുവരുന്നത്?"

"തീർച്ചയായും നമ്മൾ പശുവിനെ ദൈവത്തെപ്പോലെ കണക്കാക്കുന്നവരാണ്. ഗോമാതാ എന്ന് ബഹുമാനത്തോടെ വിളിച്ച് പൂജിക്കുന്നവരാണ്."

"പക്ഷേ, വേദങ്ങളിലും പുരാണങ്ങളിലും അതിനെതിരായി നിരവധി കാര്യങ്ങളുണ്ടല്ലോ?"

"ഉണ്ടായിരിക്കാം. ഇപ്പോൾ നമ്മൾ അത്തരം തെറ്റുകൾ തിരുത്തി പശുവിനെ ഗോമാതാവായി പൂജിക്കുന്ന അവസ്ഥയിലേക്ക് എത്തിയിരിക്കുന്നു. ഇനി ആ പവിത്രമായ വിശ്വാസത്തെ സംരക്ഷിക്കുകയാണ് വേണ്ടത്. അതിനിടയിലാണ് നിങ്ങളെപ്പോലുള്ളവർ വടക്കെവിടെയോ ഒരു പശുമോഷ്ടാവ് കൊല്ലപ്പെട്ടതിനെ വലിയ പ്രശ്നമായി ഉയർത്തി നമ്മുടെ രാജ്യത്തെ ലോകത്തിന് മുന്നിൽ അപകീർത്തിപ്പെടുത്തുന്നത്."

"താങ്കൾ പറയുന്നത് സത്യമല്ല. ഇല്ലാത്തൊരു പശുമോഷണത്തിന്റെ കഥ പറഞ്ഞ് ആ നിഷ്ഠുരമായ കൊലപാതകത്തെ നിസ്സാരവല്ക്കരിക്കാൻ ശ്രമിക്കുകയാണ്."

"അല്ല രാമചന്ദ്രജി പശുവിറച്ചി കഴിക്കാതെ ജീവിക്കാൻ കഴിയില്ല. എന്നൊരവസ്ഥ ആർക്കെങ്കിലുമുണ്ടോ? വേറെ എന്തൊക്കെ സാധനങ്ങൾ കഴിക്കാം. ഇനി മാംസം തന്നെ വേണമെങ്കിൽ മറ്റ് ജന്തുക്കളില്ലേ? മത്സ്യം കഴിച്ചൂടേ? താങ്കൾ പോലും ഒരു സസ്യാഹാരിയാണെന്നാണ് ഞാൻ മനസ്സിലാക്കിയിട്ടുള്ളത്. എല്ലാത്തരം ഹിംസയും എതിർക്കപ്പെടേണ്ടതാണെന്ന് പറയുന്ന താങ്കൾക്ക് ആഹാരത്തിനുവേണ്ടി ഒരു ജീവിയെ കൊല്ലുന്നതിനെ ന്യായീകരിക്കാൻ കഴിയുമോ?"

"സുന്ദർജി താങ്കളൊരു സമർത്ഥനായ രാഷ്ട്രീയക്കാരനാണ്. എന്റെ വ്യക്തിപരമായ ജീവിതത്തെവരെ താങ്കൾ സൂക്ഷ്മമായി അറിഞ്ഞുവെച്ചിരിക്കുന്നു. പക്ഷേ, ഞാനൊരു സസ്യാഹാരിയാണെന്നുവെച്ച് എന്റെ സഹോദരന് മാംസം കഴിക്കാനുള്ള അവകാശത്തെ എനിക്ക് പിന്തുണയ്ക്കാതിരിക്കാനാവില്ല. അയാൾ എന്ത് ഭക്ഷണം കഴിക്കണം എന്ന് തീരുമാ

"അതുകൊണ്ടാണോ നിങ്ങൾ, പശുവിറച്ചി തിന്നണമെങ്കിൽ പാകിസ്ഥാനിലേക്ക് പോകൂ എന്ന് പറയുന്നത്. സുന്ദർജി ഞങ്ങളും ഈ രാജ്യത്തെ സ്നേഹിക്കുന്നവരാണ്. പക്ഷേ, ദേശസ്നേഹം പ്രകടിപ്പിക്കേണ്ടത് ഒരു വിഭാഗം ജനങ്ങളെ അന്യവല്ക്കരിച്ചുകൊണ്ടല്ല. സമീപകാലം മുതലേ മുസ്ലീങ്ങളോടുള്ള താങ്കളുടെ സംഘടനയുടെ സമീപനം ശരിയല്ല."

നിക്കേണ്ടത് താങ്കളോ ഞാനോ സർക്കാരോ അല്ല. അയാളാണ്."

"അങ്ങനെയാണെങ്കിൽ താങ്കൾക്ക് അരാജകവാദികൾക്ക് മദ്യപിക്കാനും വ്യഭിചരിക്കാനുമുള്ള അവകാശത്തെക്കൂടി പിന്തുണയ്ക്കേണ്ടി വരും."

"തർക്കത്തിൽ പ്രാവീണ്യമുണ്ടെന്നുവെച്ച് താങ്കൾ ഈ വിഷയത്തെ അങ്ങനെ ലഘൂകരിക്കരുത്. ഇന്ത്യയിലെ ബഹുഭൂരിപക്ഷം വരുന്ന അവർണ്ണരുടെയും മുസ്ലീങ്ങളുടെയും ആദിവാസികളുടെയും പോഷകാഹാരമാണ് ബീഫ്. അതുകൊണ്ടാണ് ബീഫ് നിരോധനത്തിനെതിരെയും ദാദ്രി കൊലപാതകത്തിനെതിരെയും ഞങ്ങളെപ്പോലെയുള്ളവർക്ക് എഴുതുകയും പ്രസംഗിക്കുകയും ചെയ്യേണ്ടി വരുന്നത്."

"പക്ഷേ, അത്തരം പ്രവർത്തനങ്ങൾ രാജ്യത്തിന്റെ ആഗോളതലത്തിലുള്ള പ്രതിച്ഛായയെ എത്ര പ്രതികൂലമായിട്ടാണ് ബാധിക്കുന്നത് എന്ന് നിങ്ങൾ ആലോചിക്കുന്നുണ്ടോ?"

"രാജ്യത്തിന്റെ പ്രതിച്ഛായയല്ല ഭരണകൂടത്തിന്റെ പ്രതിച്ഛായ. വിവരസാങ്കേതിക വിദ്യയുടെ സകല സാദ്ധ്യതകളുമുപയോഗിച്ച് നിങ്ങൾ കെട്ടിപ്പൊക്കിയ ഭരണകൂടത്തിന്റെ വ്യാജ പ്രതിച്ഛായയാണ് തകരുക. അത്തരമൊരു ഇടപെടൽ കാലം ഞങ്ങളുടെ ഭാഗത്തുനിന്ന് ആവശ്യപ്പെടുന്നുണ്ടെന്നാണ് ഞാൻ വിശ്വസിക്കുന്നത്."

സുന്ദർജിയുടെ മുഖം പെട്ടെന്ന് കോപംകൊണ്ട് തുടുത്തെങ്കിലും അത് തന്റെ വ്യാജമായ പുഞ്ചിരിയിലൊളിപ്പിച്ചുവെക്കുന്നതിൽ അദ്ദേഹം ഒരു പരിധിവരെ വിജയിച്ചു. ഇത് പ്രതീക്ഷിച്ചിരുന്നപോലെ അനുചരന്മാരിലൊരാൾ ഞങ്ങൾക്ക് രണ്ടുപേർക്കും ചൂടുള്ള കട്ടൻ കാപ്പി പകർന്നു തന്നു. ഇനിയെന്തെങ്കിലും ചോദിക്കാനുണ്ടോ എന്ന അർത്ഥത്തിൽ ഞാൻ സുന്ദർജിയുടെ നേരെ നോക്കി.

"രാമചന്ദ്രജി നിങ്ങൾ ഞങ്ങളെ വല്ലാതെ തെറ്റിദ്ധരിച്ചിരിക്കുന്നു. ഈ രാജ്യത്തിന്റെ വികസനവും പുരോഗമനവും മാത്രമാണ് ഞങ്ങളുടെ ലക്ഷ്യം. ലോകത്തിന്റെ നെറുകയിൽ നമ്മുടെ രാജ്യത്തെ എത്തിക്കുകയെന്ന ഒരേയൊരു ലക്ഷ്യം. ഞങ്ങളുടെ എല്ലാ പ്രവർത്തനങ്ങളും ദേശസ്നേഹത്തിൽ അധിഷ്ഠിതമാണ്. ഈ രാജ്യത്ത് ജനിച്ച് വളർന്ന് മറ്റ് രാജ്യങ്ങളോട് കൂറു കാണിക്കുന്നവരെയാണ് ഞങ്ങൾ എതിർക്കുന്നത്."

"അതുകൊണ്ടാണോ നിങ്ങൾ, പശുവിറച്ചി തിന്നണമെങ്കിൽ പാകിസ്ഥാനിലേക്ക് പോകൂ എന്ന് പറയുന്നത്. സുന്ദർജി ഞങ്ങളും ഈ രാജ്യത്തെ സ്നേഹിക്കുന്നവരാണ്. പക്ഷേ, ദേശസ്നേഹം പ്രകടിപ്പിക്കേണ്ടത് ഒരു വിഭാഗം ജനങ്ങളെ അന്യവല്ക്കരിച്ചുകൊണ്ടല്ല. സമീപകാലം മുതലേ മുസ്ലീങ്ങളോടുള്ള താങ്കളുടെ സംഘടനയുടെ സമീപനം ശരിയല്ല."

“വെങ്കിടേശ സുപ്രഭാതം കേട്ട് കോലമിടുന്ന
സ്ത്രീകൾക്കിടയിലൂടെ കാർ പതുക്കെ മുന്നോട്ട് നീങ്ങി.”

“സഹോദരാ താങ്കൾ എവിടെയിരുന്നാണ് സംസാരിക്കുന്നതെന്ന് മറന്നുപോകുന്നപോലെ തോന്നുന്നു. ഇത് യുക്തിവാദികളുടെയോ കമ്യൂണിസ്റ്റുകാരുടെയോ സമ്മേളനത്തിന്റെ സ്റ്റേജല്ല. ഞങ്ങളുടെ കാര്യാലയമാണ്.”

“ഓർമ്മിപ്പിച്ചതിന് നന്ദി.”

“താങ്കൾ ഞങ്ങളുടെ തടവുകാരനുമാണ്.”

“തടവുകാരനോ?”

“അതെ. താങ്കൾ ഞങ്ങളുടെ തടവുകാരനാണ്. ഈ രാജ്യത്തെ ഓരോ പൗരനും ഞങ്ങളുടെ തടവുകാരനാണ്. അത് തികച്ചും ആശയപരമായൊരു തടവാണ്. ഈ രാജ്യത്തിന്റെ മഹത്തായ പാരമ്പര്യത്തിന്റെ തടവ്. അതിൽ നിങ്ങൾക്ക് എളുപ്പത്തിൽ രക്ഷപ്പെട്ട് പോകാൻ കഴിയില്ല.”

“എനിക്ക് വ്യക്തമാകുന്നില്ല.”

“നിലവിലുള്ള നിയമവ്യവസ്ഥയുപയോഗിച്ച് താങ്കളെപ്പോലെയുള്ളവരെ നിയന്ത്രിക്കാൻ കഴിയില്ല. അതിന് ഇത്തരം ചില സംവിധാനങ്ങൾ വേണം. നാലാമതൊരു എഴുത്തുകാരൻ കൂടി കൊല്ലപ്പെട്ടു എന്ന് നിങ്ങൾ ആഘോഷിക്കാതിരിക്കാനാണ് ഭഗവാനെ ഞങ്ങൾ വെറുതെ വിട്ടത്. അല്ലാതെ അദ്ദേഹത്തെ പിന്തുണയ്ക്കുന്ന കുറച്ച് എഴുത്തുകാരെയോ മനുഷ്യാവകാശ പ്രവർത്തകരെയോ ഭയന്നിട്ടല്ല. താങ്കൾക്ക് ഞങ്ങൾ ഒരവസരം തരികയാണ്. സ്വയം തിരുത്താനുള്ള അവസരം. അങ്ങനെ തിരുത്താൻ താങ്കൾ തയ്യാറാവുകയാണെങ്കിൽ വ്യക്തിയെന്ന നിലയിലും എഴുത്തുകാരനെന്ന നിലയിലും വലിയ സാദ്ധ്യതകളാണ് താങ്കളെ കാത്തിരിക്കുന്നത്.”

“ഈ രാജ്യത്തെ നിരവധി പ്രമുഖ എഴുത്തുകാർ അവാർഡുകൾ തിരിച്ചേല്പിക്കുകയും സ്ഥാനമാനങ്ങൾ രാജിവെക്കുകയും ചെയ്തത് അതിനായിരുന്നില്ലല്ലോ.”

“അത് താങ്കളുടെ ചോയ്സാണ്. പല എഴുത്തുകാരും അവാർഡുകൾ തിരിച്ചേല്പിച്ചതും സ്ഥാനമാനങ്ങൾ രാജിവെച്ചതും ചീപ്പ് പബ്ലിസിറ്റിക്ക് വേണ്ടിയാണെന്ന് ആർക്കാണറിയാത്തത്. എഴുത്തുകാർ പൊതുവെ പ്രശസ്തിക്കുവേണ്ടി എന്തുംചെയ്യുന്നവരാണ്. അവാർഡ് വാങ്ങിയതിന്റെ പ്രശസ്തി മുഴുവൻ ആഘോഷിച്ച് കഴിഞ്ഞതിന് ശേഷം ഇപ്പോൾ തിരിച്ചുകൊടുക്കുന്നതിന്റെ പ്രശസ്തി കൂടി നേടാനുള്ള സൂത്രമാണിത്. താങ്കളെ അത്തരമൊരാളായിട്ടല്ല ഞാൻ കണ്ടിട്ടുള്ളത്.”

“അതൊക്കെ താങ്കളുടെ തെറ്റിദ്ധാരണകളാണ്. ഒരു സഹപ്രവർത്തകൻ കൊല്ലപ്പെടുമ്പോൾ പ്രതികരിക്കുന്നതിനെ നിങ്ങൾ അങ്ങനെയാണോ കാണേണ്ടത്?”

“ആ സഹപ്രവർത്തകൻ എന്തിനാണ് കൊല്ലപ്പെട്ടതെന്ന് താങ്കൾ

"അതെ. താങ്കൾ ഞങ്ങളുടെ തടവുകാരനാണ്. ഈ രാജ്യത്തെ ഓരോ പൗരനും ഞങ്ങളുടെ തടവുകാരനാണ്. അത് തികച്ചും ആശയപരമായൊരു തടവാണ്. ഈ രാജ്യത്തിന്റെ മഹത്തായ പാരമ്പര്യത്തിന്റെ തടവ്. അതിൽ നിങ്ങൾക്ക് എളുപ്പത്തിൽ രക്ഷപ്പെട്ട് പോകാൻ കഴിയില്ല."

അന്വേഷിച്ചിട്ടുണ്ടോ? ഈ രാജ്യത്തിന്റെ മഹത്തായ പാരമ്പര്യത്തെയും വിശ്വാസങ്ങളെയും അപകീർത്തിപ്പെടുത്തിയതിനാണ്. അവരുടെ ഇത്തരം പ്രവർത്തനങ്ങൾക്ക് പിന്നിൽ ഗൂഢമായ ചില ലക്ഷ്യങ്ങളുണ്ട്. ഈ രാജ്യത്തെ മതത്തിന്റെയും ജാതിയുടെയും പേരിൽ ഭിന്നിപ്പിക്കുകയെന്ന ലക്ഷ്യം. താങ്കൾ അതിന്റെ ഭാഗമാകരുതെന്നാണ് എന്റെ അഭ്യർത്ഥന."

"ഇത് വലിയൊരു തമാശയാണ്. മതത്തിന്റെയും ജാതിയുടെയും പേരിൽ ധ്രുവീകരണമുണ്ടാക്കാൻ ശ്രമിക്കുന്നത് നിങ്ങളാണ്. ഞങ്ങളതിനെ പ്രതിരോധിക്കാനാണ് ശ്രമിക്കുന്നത്. എന്നിട്ട് നിങ്ങൾ അതേ കുറ്റം ഞങ്ങൾക്ക് നേരെ ആരോപിക്കുകയാണ്."

"ഗുലാം അലിയെ ഇവിടെ കൊണ്ടുവന്ന് പാടിച്ചത് നിങ്ങളല്ലേ. ഇന്ത്യയിൽ വേറെ ഗസൽ പാടുന്നവരില്ലാഞ്ഞിട്ടാണോ ഒരു പാകിസ്ഥാനിയെ ക്ഷണിച്ചു വരുത്തിയത്? ഇനി ഒരു മുസ്ലീം തന്നെ വേണമെന്നുണ്ടെങ്കിൽ മലയാളികളായ ഉമ്പായിയെക്കൊണ്ടോ ഷഹബാസ് അമനെക്കൊണ്ടോ പാടിച്ചാൽ പോരേ.... അപ്പോൾ ഒരു പാകിസ്ഥാനിയെക്കൊണ്ടു വന്ന് പാടിച്ച് ഈ നാട്ടിൽ വർഗ്ഗീയ ധ്രുവീകരണമുണ്ടാക്കുന്നത് നിങ്ങളല്ലേ...?"

"സുന്ദർജി ഈ സംഭാഷണം കൊണ്ട് പ്രത്യേകിച്ചൊരു പ്രയോജനവും ഉണ്ടാകുമെന്നെനിക്ക് തോന്നുന്നില്ല. നമ്മളിപ്പോളും കലങ്ങിമറിഞ്ഞൊഴുകുന്ന ഒരു പുഴയുടെ ഇരുകരകളിലായി നില്ക്കുകയാണ്. എന്നെ വീട്ടിലേക്ക് തിരിച്ചെത്തിച്ചാൽ വലിയ ഉപകാരമായിരുന്നു."

"ശരിയാണ് ഞാനിതുതന്നെയാണ് പ്രതീക്ഷിച്ചിരുന്നത്. താങ്കൾ ഒരു വിട്ടുവീഴ്ചയ്ക്കും തയ്യാറാകില്ലെന്നെനിക്ക് അറിയാമായിരുന്നു. പക്ഷേ, എനിക്ക് ഒരു ചോദ്യം കൂടി ബാക്കിയുണ്ട്. താങ്കൾ എന്തിനാണ് ഞങ്ങളെയിങ്ങനെ വെറുക്കുന്നത്?"

നിങ്ങൾ വെറുപ്പിന്റെ വ്യാപാരികളായതുകൊണ്ട്, കാലത്തെ മറന്നുപോകാത്തതുകൊണ്ട്, ഞങ്ങളുടെ ഓർമ്മകളെ മായ്ച്ചുകളയാനല്ലേ നിങ്ങൾ നിരന്തരമായി ശ്രമിച്ചുകൊണ്ടിരിക്കുന്നത്? ഗാന്ധി വധത്തെ, ഗുജറാത്ത് കൂട്ടക്കൊലയെ, പലയിടങ്ങളിലായി ആവർത്തിക്കപ്പെടുന്ന മുസഫർ നഗറുകളെ, സിറജ്ജുന്നിസയെപ്പോലുള്ള കൊച്ചു പെൺകുട്ടികളെ... നിർഭാഗ്യവശാൽ ഈ രാജ്യത്ത് എഴുത്തുകാരുള്ളിടത്തോളം കാലം നിങ്ങൾക്കതിന് കഴിയില്ല. ഞങ്ങൾ വെറുക്കുന്നത് നിങ്ങളുടെ കൈയിലെ ചോരക്കറയെയാണ്. നിങ്ങൾ വെറുക്കുന്നത് ഞങ്ങളുടെ സിരകളിലൊഴുകുന്ന ചോരയെയും."

"ശരി താങ്കൾക്ക് മടങ്ങാം. പക്ഷേ, ഈ ചിന്തകളിൽ മാറ്റം വരുത്താൻ തയ്യാറായില്ലെങ്കിൽ നാളെ താങ്കൾ ജീവിച്ചിരിക്കുമോ എന്നെനിക്ക് ഉറപ്പു തരാനാകില്ല."

"നാളെയെക്കുറിച്ച് ആർക്കും ഒരുറപ്പും തരാൻ കഴിയില്ല സുന്ദർജി."

"ക്ഷമിക്കണം താങ്കളെ തിരുത്താൻ ഞങ്ങളുടെ മുമ്പിൽ വേറെ വഴികളില്ല."

സുന്ദർജി പുറത്തേക്ക് വന്നെന്നെ കാറിൽ കയറ്റി യാത്രയാക്കി. അപ്പോൾ അഗ്രഹാരത്തിൽ പുലരിയുടെ താളമേളങ്ങൾ തുടങ്ങിക്കഴിഞ്ഞിരുന്നു. വെങ്കിടേശ സുപ്രഭാതം കേട്ട് കോലമിടുന്ന സ്ത്രീകൾക്കിടയിലൂടെ കാർ പതുക്കെ മുന്നോട്ട് നീങ്ങി. ഞങ്ങൾ പട്ടണത്തിന് പുറത്തേക്ക് കടന്ന് കണ്ണാടി പുഴയ്ക്കടുത്തെത്തിയപ്പോൾ പെട്ടെന്ന് പുറകിലെ സീറ്റിലിരുന്നിരുന്നയാൾ എന്നോടെന്തോ പറയാനെന്ന പോലെ മുന്നോട്ടാഞ്ഞു. അയാളുടെ കൈയിലെ തിളങ്ങുന്ന കത്തി എന്റെ കഴുത്തിലേക്ക് പാഞ്ഞു കയറി. ചോര പൂക്കുറ്റിപോലെ ചുറ്റും ചീറിയൊഴുകി. ഒന്നുപിടയ്ക്കാൻ പോലും അനുവദിക്കാതെ മുറുക്കിപ്പിടിക്കുമ്പോൾ അയാളെന്നോട് വളരെ സൗമ്യമായി പറഞ്ഞു.

"ക്ഷമിക്കണം താങ്കളെ തിരുത്താൻ ഞങ്ങളുടെ മുമ്പിൽ വേറെ വഴികളില്ല."

എഴുത്ത് എന്ന രാഷ്ട്രീയ പ്രവർത്തനം

ടി ഡി രാമകൃഷ്ണൻ/ രാജേഷ് ചിറപ്പാട്

മലയാളത്തിലെ മറ്റ് എഴുത്തുകാരിൽ നിന്ന് വ്യത്യസ്തമായി താങ്കളുടെ കൃതികളിൽ രാഷ്ട്രീയം അതിന്റെ അകക്കാമ്പായി നിലനില്ക്കുന്നുണ്ട്. പലപ്പോഴും രാഷ്ട്രീയം പറയാനാണ് താങ്കൾ എഴുതുന്നതെന്നുപോലും തോന്നിപ്പോകും. ഈ അടുത്തകാലത്തെഴുതിയ 'വെറുപ്പിന്റെ വ്യാപാരികൾ' എന്ന കഥ തന്നെയെടുക്കുക. അങ്ങനെയൊരു കഥ മലയാളത്തിലെ മറ്റേതൊരു എഴുത്തുകാരിൽ നിന്നും പ്രതീക്ഷിക്കാനാവില്ല?

എഴുത്തിനെ പൊളിറ്റിക്കൽ ആക്റ്റിവിറ്റിയായി കാണുന്ന ആളാണ് ഞാൻ. 'വെറുപ്പിന്റെ വ്യാപാരികൾ' എന്ന കഥ സംഭവിക്കുന്നത് ഇതുവരെയുള്ള എന്റെ എഴുത്തിന്റെ തുടർച്ചകളിൽ നിന്നു തന്നെയാണ്. ജോലി സംബന്ധമായ ചില 'വിലക്കുക'ളും മറ്റും എനിക്കുണ്ടായിരുന്നു. അതിനെ ക്രിയേറ്റീവായി എങ്ങനെ മറികടക്കാം എന്നതിൽ നിന്നാണ് എന്റെ എഴുത്ത് ആരംഭിക്കുന്നത്. എനിക്ക് കംഫർട്ടബിൾ ആയി തോന്നുന്ന അല്ലെങ്കിൽ എനിക്ക് സാദ്ധ്യമാകുന്ന ഒരു പ്രവർത്തനമേഖല സാഹിത്യമാണെന്ന് ഞാൻ തിരിച്ചറിയുകയും ചെയ്തു.

എന്റെ എഴുത്തിനെ ശ്രദ്ധിച്ചാൽ മനസ്സിലാകും, *ആൽഫ ഫ്രാൻസിസ് ഇട്ടിക്കോര, സുഗന്ധി എന്ന ആണ്ടാൾ ദേവനായിക* ഇവയൊക്കെത്തന്നെ വളരെ പൊളിറ്റിക്കലാണെന്ന് കാണാനാവും. പലപ്പോഴും അത് പ്രകടമായിക്കൊള്ളണമെന്നില്ല. പക്ഷേ, സുഗന്ധിയിൽ അത് പ്രകടമാണ്. ഇതിന്റെ ഒരു എസ്സൻഷ്യൽ ആയിട്ടാണ് ഈ കഥ നിലനില്ക്കുന്നത്. ഇന്ത്യയിൽ ഫാസിസ്റ്റ് സ്വഭാവമുള്ള ഭരണം ഉണ്ടാകുന്നതിന് പിന്നിൽ വളരെ ആസൂത്രിതമായ പ്രവർത്തനങ്ങൾ നടന്നതായി കാണാനാവും. ഇത്തരം ചർച്ചകൾ ആവശ്യപ്പെടുന്ന രീതിയിലുള്ള എഴുത്ത്, കാലം ആവശ്യപ്പെടുന്നുണ്ടാ

യിരുന്നു. ഈ അവസ്ഥകളെ ക്രിയേറ്റീവായി എങ്ങനെ ആവിഷ്കരിക്കാം എന്ന ചിന്ത എന്നിലുണ്ടാവുന്നു. അപ്പോഴാണ് നമ്മുടെ തൊട്ടടുത്തുള്ള രാജ്യത്ത് ഇത് ഏറ്റവും ഭീകരമായ അവസ്ഥയിൽ എത്തിനില്ക്കുന്നത് കാണുന്നത്. അങ്ങനെ അതിനെ ചിത്രീകരിക്കുന്നു. അതൊരു കണ്ണാടി യാണ്. ആ കണ്ണാടിയിലേക്ക് നോക്കിയാൽ യഥാർത്ഥത്തിൽ നമ്മുടെ രാജ്യത്തെ തന്നെയാണ് കാണാനാവുക.

ഇന്ത്യൻ സാഹചര്യത്തിലെ ഫാസിസ്റ്റ് പ്രവണതയുടെ ഭീകരാവസ്ഥയെ ആവിഷ്കരിക്കാൻ ശ്രീലങ്കൻ രാഷ്ട്രീയത്തെ ചൂണ്ടി കാണിച്ചുതരികയാ യിരുന്നു സുഗന്ധി എന്ന ആണ്ടാൾ ദേവനായകി എന്ന കൃതിയിലൂടെ?

പക്ഷേ, അതങ്ങനെ തന്നെ വായിച്ചുകൊള്ളണമെന്ന് വാശിപിടി ക്കാൻ കഴിയില്ല. പക്ഷേ, ഞാൻ എഴുതുന്ന സമയത്ത് അതാണ് എന്റെ മനസ്സിലുണ്ടായിരുന്നത്. ഇന്ത്യയിൽ ഹെഡ്ഗെവാറും ഗോൾവാക്കറും ചേർന്ന് *വിചാരധാര*യുടെ ചിന്തയിൽ അധിഷ്ഠിതമായി ആരംഭിക്കുന്ന നമ്മുടെ ചരിത്രം, പാരമ്പര്യം എന്നിവയൊക്കെത്തന്നെ കൃത്യമായി മാനി പ്പുലേറ്റ് ചെയ്യുന്ന, അധികാരം ലക്ഷ്യമാക്കിയിട്ടുള്ള ആസൂത്രിതമായ പ്രവർത്തനങ്ങൾ നമ്മുടെ മുന്നിലുണ്ട്. എങ്ങനെയാണ് ഇവർ പ്രവർത്തി ക്കുന്നത്? എന്താണ് ഇവരുടെ പ്രവർത്തനപദ്ധതി? ഇപ്പോൾ നടക്കുന്ന പല സംഭവങ്ങളും പ്രത്യക്ഷത്തിൽ ഒറ്റപ്പെട്ട സംഭവങ്ങളാണെന്ന് നമ്മെ തെറ്റിദ്ധരിപ്പിക്കാൻ അവർക്കു കഴിയുന്നു. യഥാർത്ഥത്തിൽ ഇത് ആസൂ ത്രിതവും സംഘടിതവുമായ പ്രവർത്തനങ്ങളാണ്. ഓരോരുത്തർക്കും കൃത്യമായ റോളുകൾ അവർ നല്കുന്നുണ്ട്. സാക്ഷി മഹാരാജും ശ്രീ ശ്രീ രവിശങ്കറുമൊക്കെ പറയുന്ന കാര്യങ്ങൾ അബദ്ധത്തിൽ അവരുടെ വായിൽ നിന്ന് വീണുപോകുന്നതല്ല. അവർക്ക് കൃത്യമായ റോൾ നിർണ്ണ യിക്കപ്പെട്ടിട്ടുണ്ട്. അതനുസരിച്ചിട്ടാണ് അവർ പല കാര്യങ്ങളും പ്രവർത്തി ക്കുകയും പറയുകയും ചെയ്യുന്നത്.

ഫാസിസം പഴയ രൂപത്തിൽ വന്നുകൊള്ളണമെന്നില്ല. അതുകൊണ്ടു തന്നെ അതിനെ തിരിച്ചറിയുക എന്നത് വളരെ പ്രധാനമാണ്, പ്രത്യേ കിച്ച് ഇന്ത്യൻ സാഹചര്യത്തിൽ.

സുഗന്ധിയിൽ പറയുന്ന ഒരു കാര്യമുണ്ട്, 21–ാം നൂറ്റാണ്ടിൽ ഫാസിസം കടന്നുവരുന്നത്, ജനാധിപത്യത്തിന്റെയും സമാധാനത്തി ന്റെയും കുപ്പായമിട്ടുകൊണ്ടാണ്. ക്ലാസിക്കൽ ഫാസിസത്തിന്റെ അതേ സ്വഭാവത്തിൽ ആയിരിക്കണമെന്നില്ല. ഫാസിസത്തെ നമ്മൾ പ്രതിരോ ധിക്കുമ്പോൾ അത്തരം പ്രതിരോധങ്ങളെ എങ്ങനെ മറികടക്കാമെന്നും

ഫാസിസം ആലോചിക്കുന്നുണ്ട്. അതായത്, ഫാസിസം സ്റ്റാറ്റിക് ആയി നില്ക്കുകയല്ല, ഡൈനാമിക് ആയിട്ട് നില്ക്കുകയാണ്. ഫാസിസം പണ്ടുള്ളതിനേക്കാൾ കുറേക്കൂടി ജനപ്രിയമാകുന്നതിനുവേണ്ടി, അതിന്റെ പ്രയോഗരീതികളിലൊക്കെ നിരവധി മാറ്റങ്ങൾ വരുത്തിയിട്ടുണ്ട്.

ഫാസിസം എന്ന് പേരിട്ടുവിളിക്കുന്നുണ്ടോ അല്ലെങ്കിൽ ഫാസിസത്തിന്റെ നിർവ്വചനങ്ങളിൽ നില്ക്കുന്നുണ്ടോ എന്നതല്ല പ്രശ്നം. എങ്ങനെയാണ് പൊതു സാമൂഹിക ജീവിതത്തിൽ ഇത് വെല്ലുവിളിയായിത്തീരുന്നത് എന്നതാണ് പ്രശ്നം.

ലോകത്താകമാനം വംശീയമായ വിദ്വേഷങ്ങൾ ഫാസിസമായി വളർന്നു വന്നിട്ടുണ്ടല്ലോ. ഇന്ത്യയിൽ അത് കുറേക്കൂടി സങ്കീർണ്ണമാണ്. ജാതിവ്യവസ്ഥപോലെയുള്ള പ്രശ്നങ്ങൾ ഇവിടെ നിലനില്ക്കുന്നു. ശ്രീലങ്കയിൽ ഇത്തരത്തിലുള്ള എന്തെങ്കിലും കാണാൻ കഴിയുമോ?

അവിടത്തെ സാഹചര്യങ്ങൾ ഇന്ത്യയിൽ നിന്ന് വളരെ വ്യത്യസ്തമാണ്. ശ്രീലങ്കയുടെ ഭൂമിശാസ്ത്രപരമായിട്ടുള്ള പ്രത്യേകത, അത് കൈപ്പിടിയിൽ ഒതുങ്ങുന്നു എന്നതാണ്. സാംസ്കാരികമായിട്ടും സാമൂഹികമായിട്ടും ഇന്ത്യയെപ്പോലെ വലിയ വൈവിദ്ധ്യങ്ങൾ അവിടെ ഇല്ല. അതിലും പ്രധാനപ്പെട്ട കാര്യം രാജെപക്സെ പ്രതിനിധീകരിക്കുന്ന, സിംഹള ഫാസിസ്റ്റുകൾക്ക് ഭൂരിപക്ഷ പിന്തുണയുണ്ട് എന്നതാണ്. കാരണം എതിർപക്ഷം കാൽനൂറ്റാണ്ട് കാലത്തെ അവരുടെ ചെയ്തികൾ കൊണ്ട് ജനങ്ങളുടെ വെറുപ്പ് സമ്പാദിച്ചിട്ടുണ്ട്. രാജപക്സെ ചോദിച്ചത് നിങ്ങൾക്ക് സമാധാനം വേണോ ടെററിസം വേണോ എന്നാണ്. ആരെങ്കിലും തങ്ങൾക്ക് ടെററിസം വേണമെന്ന് പറയുമോ? സിംഹള വംശീയതയ്ക്കെതിരെ നില്ക്കുന്നവർ ഹിംസാത്മകമായ ഒരു വഴി സ്വീകരിച്ചു. ജനാധിപത്യപരമായ ഒരു പ്രതിരോധമല്ല അവിടെ ഉണ്ടായത്. രണ്ടുപേരും ഒരു നാണയത്തിന്റെ ഇരുവശങ്ങളായി മാറി. സമാധാനത്തിന്റ സാദ്ധ്യതകൾ അവിടെ തീരെ ഉണ്ടായില്ല. ശ്രീലങ്കയിൽ, സിംഹള ഷോവനിസ്റ്റുകൾ, തമിഴ് പോരാളികൾ എന്ന നിലയ്ക്കുള്ള പോളറൈസേഷൻ കൃത്യമാണ്. അവിടത്തെ സാധാരണ മനുഷ്യർ ഇതിനൊക്കെ എതിരാണ്.

നോവലിൽ പറയുന്നതുപോലെ പിന്നീട് സംഭവിക്കുന്നുണ്ട്.

അതെ, ഇന്ദിരാഗാന്ധിയെപ്പോലെ, തന്റെ ചുറ്റിലുമുള്ള ഉപജാപകവൃന്ദങ്ങളെ വിശ്വസിച്ച് രാജ്യത്തെ ജനങ്ങൾ മുഴുവൻ തങ്ങളുടെ കൂടെയാണെന്ന് കരുതുമ്പോൾ പറ്റുന്ന അബദ്ധമാണത്. മാത്രവുമല്ല, ലോകത്തെ ഏതു ഭരണാധികാരിക്കും തന്റെ ഉരുക്കുമുഷ്ടികൊണ്ട് ജന

ങ്ങളെ അടിച്ചമർത്താൻ കഴിയുമായിരിക്കാം. പക്ഷേ, സാധാരണ ജനങ്ങൾ ആഗ്രഹിക്കുന്നത് സമാധാനമാണ്.

ശ്രീലങ്കൻ പശ്ചാത്തലത്തിൽ നമുക്ക് അധികം രചനകൾ ഇല്ല. അവിടത്തെ ഒരു സാംസ്കാരികാവസ്ഥ എങ്ങനെയാണ്?

ഞാൻ അവിടെ സമാധാനത്തിനുവേണ്ടി സംസാരിക്കുന്നവർ ആരാണെന്നാണ് അന്വേഷിച്ചത്. ഇപ്പോൾ സിംഹള ഷോവനിസ്റ്റുകളായാലും തമിഴ് പോരാളികളായാലും വളരെ ഹിംസാത്മകമായ രീതിയിലാണ് ഇടപെടുന്നത്. സാധാരണ മനുഷ്യർ അതിന്റെ ഇരകളാണ്. ലക്ഷക്കണക്കിനാളുകൾ കൊല്ലപ്പെടുകയാണ്. ശ്രീലങ്കയെക്കുറിച്ച് എനിക്ക് തോന്നിയ ഒരു കാര്യം കേരളത്തോട് ഒപ്പം നില്ക്കുന്ന പ്രദേശമാണെന്നാണ്. ആരോഗ്യം, വിദ്യാഭ്യാസം, ഇന്റലിജൻഷ്യ തുടങ്ങിയ കാര്യങ്ങളിൽ തമിഴ്നാട്ടിലേക്കാൾ വളരെ മുന്നിലാണ്. ശ്രീലങ്കൻ തമിഴ് ജനതയ്ക്കുപോലും മലയാളത്തിനോട് വളരെ അടുപ്പമുള്ളതായി തോന്നിയിട്ടുണ്ട്. നല്ലൊരു ലെഫ്റ്റ് മൂവ്മെന്റ് ഉണ്ടായിരുന്ന സ്ഥലമാണത്. കേരളത്തെപ്പോലെ നല്ലൊരു ഹിസ്റ്റോറിക്കൽ ഹെറിറ്റേജ് അവിടെയുണ്ടായിരുന്നു.

ശ്രീലങ്കയിൽ ബുദ്ധിസത്തിന്റെ സ്ഥിതിയെന്താണ്?

നമ്മൾ പൊതുവെ സെലിബ്രേറ്റ് ചെയ്യുന്നതുപോലെയല്ല ബുദ്ധിസവും അധികാരവും തമ്മിലുള്ള അവിടത്തെ ബന്ധം. ബുദ്ധിസത്തെ ഒരു രക്ഷാമാർഗ്ഗമായിട്ട് ഒരു ഇന്ത്യൻ കോൺടസ്റ്റിൽ പറയാം. അതിൽ തെറ്റില്ല. ബുദ്ധിസം, അതിന്റെ ടെക്സ്റ്റ് ഒ കെ യാണ്. അതിന്റെ പ്രസക്തി ഒട്ടും കുറച്ചുകണ്ടുകൊണ്ടല്ല പറയുന്നത്. നിലവിലുള്ള ഏറ്റവും നല്ല രക്ഷാമാർഗ്ഗവും അതുതന്നെയാണെന്ന് എനിക്ക് നല്ല ബോദ്ധ്യമുണ്ട്. പക്ഷേ, പ്രായോഗികതയിലേക്ക് വരുമ്പോൾ മറ്റ് ഏത് പ്രത്യയശാസ്ത്രത്തെയും പോലെ അതും ഹിംസാത്മകമായിത്തീരുന്നുണ്ട്. അതിന്റെ ഏറ്റവും നീചമായ ഉദാഹരണമാണ് ശ്രീലങ്കയിലേത്. അധികാരത്തോടുള്ള അതിന്റെ താല്പര്യം, അതുണ്ടാക്കുന്ന സങ്കീർണ്ണതകൾ അവിടെയുണ്ട്.

തമിഴ് ജനതയെ സ്വാധീനിക്കാൻ ഈ ബുദ്ധിസത്തിന് അവിടെ കഴിഞ്ഞിട്ടില്ല എന്നാണോ പറഞ്ഞുവരുന്നത്?

അവിടെ തമിഴ് ജനത ഹൈന്ദവമാണ്. പ്രഭാകരൻ വരുന്നത് ഹൈന്ദവ പശ്ചാത്തലത്തിൽ നിന്നാണ്. പാരീസിൽ മാണിക്യ വിനായകർ ക്ഷേത്രം നിർമ്മിച്ചതുപോലെ. നമ്മുടെ വിമോചന പോരാളികളുടെ ഏറ്റവും വലിയ പ്രശ്നം കാസ്റ്റിനെ അഡ്രസ്സു ചെയ്യുന്നതിൽ വിജയിച്ചില്ല എന്നതാണ്. അവർ മുസ്ലീങ്ങളെ വളരെ മോശമായി ചിത്രീകരിച്ചു. ഞാൻ ഈ നോവ

ലിൽ പറയുന്നുണ്ട്, ജാഫ്നയിൽ നിന്ന് എൺപതിനായിരത്തോളം മുസ്ലീങ്ങൾ മണിക്കൂറുകൾക്കുള്ളിൽ പുറത്തുപോകണമെന്ന് ഉത്തരവിട്ട് അവരെ പുറത്താക്കുകയാണ്. നൂറ്റമ്പതു രൂപയും രണ്ട് ജോഡി ഡ്രസ്സുമാണ് അവർക്ക് കൊണ്ടുപോകാൻ അനുവദിച്ചത്. ആഞ്ജനേയൻ എന്ന വിമോചനപ്പോരാളിയായ കമാന്ററായിരുന്നു ഇതിന് നേതൃത്വം നല്കിയത്. ഈ വിധത്തിലാണ് അവർ മുസ്ലീങ്ങളോട് പെരുമാറിയത്. അതുപോലെ അവിടെയുള്ള ദലിത് വിഭാഗങ്ങളെയും അവർ പരിഗണിച്ചില്ല. മാത്രമല്ല അവരുടെ സംഘടനയ്ക്കുള്ളിലെ ജനാധിപത്യവും വളരെ മോശമായിരുന്നു.

യഥാർത്ഥത്തിൽ അവിടെ പോരാട്ടത്തിനുവേണ്ടിയുള്ള പോരാട്ടങ്ങളായിരുന്നു എന്നു പറഞ്ഞാൽ?

നമ്മൾ പോരാട്ടം നടത്തുന്നു. അതിന്റെ ഭാഗമായി പരമാവധി അഡ്വാന്റേജ് നേടിക്കഴിയുമ്പോൾ സമാധാനത്തിലേക്ക് വരാൻ കഴിയണം. അതാണ് പോരാട്ടങ്ങളുടെ ചരിത്രം. പോരാടിക്കൊണ്ടേയിരിക്കുക എന്നതല്ല, സമാധാനമാണല്ലോ എല്ലാ പോരാട്ടങ്ങളുടെയും ആത്യന്തിക ലക്ഷ്യം. പക്ഷേ, ഇവർ അത്തരം അവസരങ്ങൾ ഉപയോഗിച്ചില്ല. മാത്രമല്ല, അവർക്ക് അമിത ആത്മവിശ്വാസം നല്കി ആയുധവ്യാപരികൾ ഈ അവസ്ഥയെ കൂടുതൽ സങ്കീർണ്ണമാക്കുകയാണ് ചെയ്തത്. ഇന്റർനാഷണൽ പൊളിറ്റിക്സ് നോക്കിയാൽ അറിയാം, ആയുധവ്യാപാരികളാണ് ലോകത്ത് സമാധാനം വേണമോ വേണ്ടയോ എന്ന് തീരുമാനിക്കുന്നത്. ശ്രീലങ്ക, സിറിയ, ഇറാക്ക് ഇതിങ്ങനെ നടന്നുകൊണ്ടിരിക്കുകയാണ്. മിക്കവാറും മൂന്നാം ലോകരാജ്യങ്ങളാണ് ഇവരുടെ പ്ലേഗ്രൗണ്ട്. ലോകത്തിന്റെ ഇക്കണോമിയെ തന്നെ സ്വാധീനിക്കാൻ ആയുധവ്യാപാരികൾക്ക് കഴിയുന്നുണ്ട്. അവരുടെ ഏറ്റവും നല്ല ക്ലയന്റ്സ് ഇത്തരത്തിലുള്ള വിപ്ലവ പ്രസ്ഥാനങ്ങളാണ്. ആയുധക്കച്ചവടക്കാരെ സംബന്ധിച്ച് വിപ്ലവ ഗ്രൂപ്പുകൾക്ക് ആയുധം നല്കുന്നതാണ് ലാഭം. രണ്ടും മൂന്നും ഇരട്ടി വിലയ്ക്കാണ് അവർ ഇത്തരത്തിലുള്ള പ്രസ്ഥാനങ്ങൾക്ക് ആയുധം വില്ക്കുന്നത്. ഒരു രാജ്യത്തിന് ആയുധം കൊടുക്കുമ്പോൾ അതിന് നിലവിലുള്ള ഒരു സ്റ്റാന്റേർഡ് വിലയ്ക്കേ കൊടുക്കാൻ കഴിയൂ. പക്ഷേ, ഇതങ്ങനെയല്ല.

യുദ്ധത്തേക്കാൾ യുദ്ധം എപ്പോഴും നടക്കാം എന്ന അവസ്ഥയാണ് ആയുധവ്യാപാരികൾ സൃഷ്ടിക്കുന്നത്. അതിനവർക്ക് നിരവധി മാർഗ്ഗങ്ങളുണ്ട്. അതുകൊണ്ടാണല്ലോ യു എൻ പോലുള്ള ഇത്ര വലിയ സംവിധാനം ഉണ്ടായിട്ടും സമാധാനം ഉറപ്പു വരുത്താൻ കഴിയാത്തത്. മിഡിൽ ഈസ്റ്റ് ആണെങ്കിലും ആഫ്രിക്കൻ രാജ്യങ്ങളാണെങ്കിലും ഏഷ്യൻ രാജ്യങ്ങളാണെങ്കിലും ഇതിങ്ങനെ പല സ്ഥലത്തായി ഉണ്ടായിക്കൊണ്ടേയിരിക്കുകയാണ്. പലപ്പോഴും സമാധാനത്തിന്റെ മദ്ധ്യസ്ഥന്മാരായി രംഗത്തു

വരുന്ന രാജ്യങ്ങൾക്കെല്ലാം സമാന്തരമായി മറ്റൊരു മുഖവുമുണ്ട്. പല പ്രധാനപ്പെട്ട രാജ്യങ്ങളുടെയും ജി ഡി പി യിൽ ആയുധ വ്യാപാരത്തിന്റെ share വളരെ വലുതാണ്.

തമിഴ് ഭാഷയോടും സാഹിത്യത്തോടും താങ്കൾക്ക് ഒരു പ്രത്യേക അടുപ്പമുണ്ടല്ലോ. അതെങ്ങനെയുണ്ടായി?

ഞാൻ ഒരുപാട് കാലം തമിഴ്നാട്ടിൽ ജോലി ചെയ്തിട്ടുണ്ട്. 1981 ലാണ് റെയിൽവേയിൽ ജോലിയിൽ പ്രവേശിക്കുന്നത്. സേലത്തായിരുന്നു ആദ്യ നിയമനം. 'തമിഴ് മലയാളം ഭാഷാ സഹായി' എന്ന പുസ്തകവുമായി റെയിൽവേ ഇൻഫർമേഷൻ സെന്ററിൽ എത്തിച്ചേർന്നു. എനിക്ക് ആ ഭാഷ ഇഷ്ടപ്പെട്ടു. പിന്നീട് വളരെക്കാലം തമിഴ്നാട്ടിലെ വിവിധ സ്ഥലങ്ങളിൽ ഞാൻ ജോലി ചെയ്തിട്ടുണ്ട്. ആ ഭാഷയുടെ സൗന്ദര്യമാണ് എന്നെ തമിഴിലേക്ക് ആകർഷിച്ചത്. അതിന്റെ ഒരു താളം, അടുപ്പം, അത് അപാരമാണ്. ഉദാഹരണമായി അൻപ് തോഴൻ എന്ന് പറയുമ്പോഴുണ്ടാകുന്ന ഇന്റിമസി മലയാളത്തിൽ സഖാവ് എന്നു പറഞ്ഞാൽ കിട്ടില്ല. അത് ആ ഭാഷയുടെ പ്രത്യേകതയാണ്. അതുപോലെ നമ്മൾ നമസ്കാരം എന്നു പറയുന്നതിനേക്കാൾ കൂടുതൽ ഒരു സ്നേഹം, ഇന്റിമസി ഒക്കെ വണക്കം എന്നു പറയുമ്പോൾ ഉണ്ടാകുന്നു.

പിന്നീട് തമിഴ് സാഹിത്യം വായിക്കാൻ പറ്റുന്നവിധത്തിലേക്ക് ഞാനെത്തി. അവിടത്തെ കുറെ എഴുത്തുകാരുമായിട്ടുള്ള ബന്ധമൊക്കെയുണ്ടായി. അപ്പോഴൊന്നും തമിഴിൽ എന്തെങ്കിലും ചെയ്യണമെന്നൊന്നും ചിന്തിച്ചിരുന്നില്ല. മദ്രാസ് യൂണിവേഴ്സിറ്റിയിൽ ഇക്കണോമിക്സിൽ പോസ്റ്റ് ഗ്രാജ്വേഷൻ ചെയ്യണമെന്ന് ഞാൻ വിചാരിച്ചു. കുറെക്കാലം സാഹിത്യവുമായി ബന്ധമില്ലായിരുന്നു. തൊഴിൽപരമായ ചില കാര്യവുമായി ബന്ധപ്പെട്ട് ട്രാൻസ്പോർട്ട് ഇക്കണോമിക്സ് പഠിച്ചു. അതിന്റെ ചില നേട്ടങ്ങൾ ഉണ്ടായിട്ടുണ്ട്. ഇക്കണോമിക്സിൽ ഞാൻ ചെയ്യാൻ ശ്രമിക്കുകയും പൂർത്തിയാക്കാൻ കഴിയാതെ പോവുകയും ചെയ്ത ഒരു കാര്യമുണ്ട്. 88–89 ലാണത്. ചൈനീസ് ഇക്കോണമിയിൽ ദെങ്സിയോവോ പിങ് നടത്തിയ പരിഷ്കാരങ്ങളെക്കുറിച്ച് വലിയൊരു പഠനം നടത്തുക എന്നതായിരുന്നു അത്. ദെങ്ങിന്റെ പരിഷ്കാരങ്ങളുടെ ഗുണമാണ് ചൈന ഇന്ന് സാമ്പത്തികരംഗത്ത് അനുഭവിക്കുന്നത്. 77 മുതൽ 87 വരെ ദെങ് നടപ്പിലാക്കിയ സാമ്പത്തിക പരിഷ്കാരങ്ങളുടെ ഗുണമാണ് ചൈന ഇന്നനുഭവിച്ചുകൊണ്ടിരിക്കുന്നത്. ശക്തമായ ഒരു സാമ്പത്തിക പശ്ചാത്തലം ചൈനയ്ക്ക് കിട്ടുന്നത് ഈ പരിഷ്കാരങ്ങളിലൂടെയാണ്. അല്ലെങ്കിൽ മറ്റ് സോഷ്യലിസ്റ്റ് രാജ്യങ്ങളെപ്പോലെ അതും തകർന്നുപോയേനെ. കാരണം, മനുഷ്യൻ ഇൻസെന്റീവ് ഇല്ലാതെ കാര്യങ്ങൾ ചെയ്യില്ല. ഇത്തരത്തിലുള്ള

അന്വേഷണങ്ങൾക്കിടയിൽ എനിക്ക് ട്രാൻസ്ഫർ ആവുകയും ഗാർഡ് ജോലിയിലേക്ക് മാറുകയും ചെയ്തു. അത് എന്റെ സകല വായനയെയും തടഞ്ഞു. ഈറോഡായിരുന്നു നിയമനം. വേറെ ഏതോ ലോകത്ത് ചെന്ന പ്രതീതിയായിരുന്നു.

അത്തരം അനുഭവങ്ങൾ കൂടി പറഞ്ഞുപോകുന്നത് നന്നായിരിക്കുമെന്നു തോന്നുന്നു. കാരണം റെയിൽവേയിൽ ജോലിയെടുക്കുന്നവരുടെ അനുഭവങ്ങൾ സാധാരണ ജനങ്ങൾക്ക് ഇന്നും അജ്ഞാതമാണ്.

ഒരുപാട് കഷ്ടപ്പെടുന്ന അവസ്ഥയുള്ളവരാണ് റെയിൽവേ ജീവനക്കാർ. ഗുഡ്സ് ട്രെയിനിലൊക്കെ ജോലിചെയ്യുന്ന ഗാർഡ്, ഡ്രൈവർ എന്നിവർക്ക് എഴുപത്തിരണ്ട് മണിക്കൂർ പല ഡിപ്പോയിലായിട്ട് ജോലി ചെയ്തേ തിരിച്ചുപോകാൻ കഴിയൂ. ഈ പോകുന്ന സമയത്ത് എന്ന് തിരിച്ചുവരുമെന്ന് പറയാനാവില്ല. വീടുമായിട്ടൊന്നും ഒരു ബന്ധവുമുണ്ടാകില്ല. ഞാൻ ജോലി ചെയ്യുന്ന സമയത്ത് മൊബൈൽ ഫോണും മറ്റ് സംവിധാനങ്ങളുമൊന്നുമില്ല. ഇപ്പോൾ പിന്നെ അതൊക്കെയുണ്ട്. ഞാൻ ഗാർഡ് ആയി ജോലി ചെയ്യുമ്പോൾ, ഞാനിരിക്കുന്ന ക്യാബിനിൽ നിന്ന് മുക്കാൽ കിലോമീറ്റർ അകലെയാണ് ഡ്രൈവർ ഉള്ളത്. അയാളുമായിപ്പോലും ഒരു കമ്യൂണിക്കേഷനുമില്ല. വാക്കിടോക്കി പോലുമില്ല. ഞാൻ ജോലി ചെയ്യുമ്പോൾ എന്റെ കൈയിലുള്ളത് രണ്ട് കൊടി, പച്ചയും ചുവപ്പും. പിന്നെ മണ്ണെണ്ണ ഒഴിച്ച് കത്തിക്കുന്ന പച്ചയും ചുവപ്പും മാറിവരുന്ന സിഗ്നൽ ലാമ്പ്, പിന്നെ ഒരു ടോർച്ച്. ഇരുട്ടും ഏകാന്തതയുമാണ് അവിടെയുള്ളത്. പത്തും പതിനഞ്ചും കൊല്ലം ഗുഡ്സ് ട്രെയിനിൽ ജോലി ചെയ്തതിനുശേഷമാണ് ഒരു ഗാർഡിന് പാസഞ്ചർ ട്രെയിനിലേക്ക് മാറ്റം കിട്ടുന്നത്.

ബാത്‌റൂമൊക്കെ അതിനുള്ളിൽ ഉണ്ടാകുമോ?

അതിലെ ബാത്‌റൂമിന്റെ ചിത്രമെടുത്ത് കാണിച്ചുതന്നാൽ നിങ്ങൾ ഞെട്ടിപ്പോകും. ഒരു ഹോളാണ്. അതിന്റെ മുകളിൽ ഇരിക്കാനൊന്നും പറ്റില്ല. ഇരുന്നാൽ മുറിഞ്ഞ് സെപ്റ്റിക്കാകും. പിന്നെ എപ്പോഴും എവിടെയെങ്കിലും നമ്മൾ പിടിച്ചുകൊണ്ടിരിക്കണം. പിടിവിട്ടാൽ നമ്മൾ പുറത്തേക്ക് തെറിച്ച് വീണുപോകും. അങ്ങനെ തെറിച്ച് വീണ് മരിച്ചവരുണ്ട്. ഇങ്ങനെ വീണ് തലയ്ക്കടിപറ്റിയിട്ട് അരമണിക്കൂറിലധികം അനങ്ങാൻ വയ്യാതെ ഞാൻ കിടന്നിട്ടുണ്ട്. ഒരു മനുഷ്യനും അടുത്തില്ല. പക്ഷേ, ഇന്നതൊക്കെ മാറി. ഇന്ന് വാക്കി ടോക്കിയുണ്ട്, മൊബൈൽ ഫോൺ ഉണ്ട്.

രാഷ്ട്രീയത്തെ വളരെ ഗൗരവത്തോടെ എഴുത്തിലും ചിന്തയിലും കൊണ്ടു നടക്കുന്ന ആളാണ് താങ്കൾ. രാഷ്ട്രീയം എപ്പോഴാണ് ഈ വിധം താങ്കളിലേക്ക് പ്രവേശിക്കുന്നത്

എന്റെ അച്ഛനൊക്കെ ഇടതുപക്ഷപ്രസ്ഥാനവുമായി ബന്ധമുള്ള ആളായിരുന്നു. ഞങ്ങളൊക്കെ ചെറുപ്പത്തിൽ കേൾക്കുന്നതും കാണുന്നതുമൊക്കെ അത്തരം കാര്യങ്ങളാണ്. *സോവിയറ്റ് നാട്* മാസിക കാണിച്ചിട്ട് ഭാവിയിൽ നമ്മുടെ പ്രശ്നങ്ങളൊക്കെ പരിഹരിക്കപ്പെടുമെന്നും പേടിക്കാനില്ല എന്നൊക്കെ അച്ഛൻ പറയുമായിരുന്നു. പക്ഷേ, അത്ര ലളിതമല്ല കാര്യങ്ങൾ എന്ന് നമുക്ക് കുറച്ചുകഴിഞ്ഞപ്പോൾ തോന്നാൻ തുടങ്ങി. അതിലൊക്കെ തന്നെ ഇന്റേണലായി പ്രശ്നങ്ങളുണ്ടെന്നൊക്കെ നമുക്ക് മനസ്സിലാവുന്നുണ്ട്. അച്ഛനെ സംബന്ധിച്ച് ഇതിലൊന്നും യാതൊരു സംശയവുമുണ്ടായിരുന്നില്ല. പക്ഷേ, നമുക്ക് കുറച്ച് കഴിയുമ്പോൾ ചില കൺഫ്യൂഷൻസ് വരുന്നു. കോളേജിൽനിന്ന് വന്ന് അത്തരം കാര്യങ്ങളൊക്കെ പറയുമ്പോൾ അച്ഛൻ അതിനെ എതിർക്കുമായിരുന്നു. അതൊക്കെ ശത്രുക്കൾ വെറുതെ പറഞ്ഞുണ്ടാക്കുന്നതാണെന്ന് അച്ഛൻ വിശ്വസിച്ചു. ഇന്ത്യൻ കോൺടസ്റ്റിൽ നടക്കുന്ന ചില വിഷയങ്ങളെക്കുറിച്ച് പറയുമ്പോൾ അച്ഛൻ പറയുക, അതിനൊക്കെ നമ്പൂതിരിപ്പാട് ഒരു വഴികണ്ടിട്ടുണ്ടാവും എന്നാണ്.

ഇത്തരം സംഘർഷങ്ങളാവാം എഴുത്തിലേക്ക് കൊണ്ടെത്തിച്ചത്?

ശാശ്വത പരിഹാരം എന്ന് നമ്മൾ വിശ്വസിച്ചിരുന്ന ഒരു സംവിധാനത്തിൽ പല പ്രശ്നങ്ങൾ ഉണ്ടാവുന്നത് എന്നെ സംബന്ധിച്ച് വ്യക്തിപരമായി വളരെയധികം ബാധിച്ചു. അപ്പോൾ പലതും എഴുതാൻ ശ്രമിക്കുന്നുണ്ട്. പക്ഷേ, എന്താണ് എഴുതേണ്ടത് എന്നൊരു കൺഫ്യൂഷൻ. തൊണ്ണൂറുകളുടെ അവസാനമോ രണ്ടായിരത്തിന്റെ തുടക്കത്തിലോ ആണ് ഞാൻ എഴുതാം എന്നൊരു അവസ്ഥയിലേക്ക് വരുന്നത്. ഇതിനിടയിൽ ഒരുപാട് ദാർശനികമായ പ്രതിസന്ധികളിലൂടെയും സംഘർഷങ്ങളിലൂടെയും കടന്നുപോകുന്നുണ്ട്. ധാരാളം വായനകൾ നടത്തുന്നുണ്ട്. ഞാൻ കോളേജിൽ പഠിക്കുന്ന കാലത്ത് 97–98 കാലത്ത് കോളേജ് യൂണിയന്റെ ചെയർമാൻ ഒരു ഫാദറായിരുന്നു. ഫാദർ എം ടി ജോസഫ്. അദ്ദേഹം എസ് എഫ് ഐ യുടെ പിന്തുണയോടെ കോളേജ് യൂണിയൻ ചെയർമാൻ ആയ ആളാണ്. അടിയന്തരാവസ്ഥക്കാലത്ത് ഇന്ദിരാഗാന്ധിയെ നിശിതമായി വിമർശിക്കുന്ന ആളായിരുന്നു ഫാദർ.

അദ്ദേഹം എന്നോടു പറഞ്ഞു, "നീ പറയുന്നതും നിന്റെ ചിന്തകളുമൊക്കെ ഓ കെ. പക്ഷേ, നീ ഓർവെലിന്റെ ആനിമൽ ഫാം കൂടി വായിക്കണം. അനലെറ്റിക്കൽ ആവണം കാര്യങ്ങൾ. കുറച്ചുകഴിഞ്ഞ് ഗുലാഗ്

വായിക്കണം." ഗുലാഗ് വായിക്കരുത്, പ്രൊപ്പഗന്റാ ലിറ്ററേച്ചറാണ് എന്ന് സുഹൃത്തുക്കൾ പറയുമ്പോൾ അത് വായിക്കണമെന്ന് നമുക്ക് തോന്നും. ഇത്തരത്തിലുള്ള കൺഫ്യൂസ്ഡ് ആയ കാലത്തിലൂടെയാണ് ഞാൻ കടന്നുപോയതെന്ന് പറയാം.

ആദ്യ നോവൽ ആൽഫയിലേക്കെത്തുന്നത് ഇത്തരമൊരു സാഹചര്യത്തിന്റെ പശ്ചാത്തലത്തിലാണെന്ന് പറയാനാവുമോ?

സോവിയറ്റ് യൂണിയന്റെ തകർച്ചയാണ് *ആൽഫ* എന്ന നോവലിലേക്ക് എന്നെ എത്തിക്കുന്നത്. രണ്ടായിരത്തിലാണത്. ആന്ത്രപ്പോളജിയുടെ ഒരു പശ്ചാത്തലത്തിലാണ് അത് എഴുതിയിട്ടുള്ളത്. പക്ഷേ, പൊളിറ്റിക്കലുമാണ്. അതിന്റെ നറേഷനിലും മറ്റും ചില പ്രശ്നങ്ങളുണ്ട്. വളരെ കുറുക്കിയുള്ള വരികളാണ്. ഒരു സയൻസ്ഫിക്ഷൻ തലത്തിലൊക്കെ അത് വായിക്കപ്പെട്ടിട്ടുണ്ടാവാം. പക്ഷേ, അതിന്റെ രാഷ്ട്രീയമായ ഉള്ളടക്കങ്ങൾ ആളുകൾക്ക് മനസ്സിലായോ എന്ന കാര്യത്തിൽ എനിക്ക് ഇപ്പോഴും സംശയമുണ്ട്. അന്നത്തെ എന്റെ ബോദ്ധ്യങ്ങൾ *ഓൾഡ് മേൻ ആന്റ് സീ*, *സിദ്ധാർത്ഥ* തുടങ്ങിയവയെപ്പോലെ വളരെ ചെറുതും അതിന്റെ പൊളിറ്റിക്കൽ കണ്ടന്റ് വെളിയിൽ വരാത്തതുമായ ഒരു നറേഷനായിരുന്നു. പക്ഷേ, കുറച്ചുകഴിഞ്ഞപ്പോൾ മനസ്സിലായി അത്തരത്തിലുള്ള ഒരു നറേഷൻ നമുക്കിഷ്ടപ്പെട്ടെന്നു കരുതി ആളുകൾ അത് സ്വീകരിക്കണമെന്നില്ല. ചെറിയ ചുറ്റുവട്ടത്തുമാത്രമേ അത് സ്വീകരിക്കപ്പെടുകയുള്ളൂ. കുറച്ചുകൂടി വ്യാപകമായിട്ടുള്ള ഡിസ്കോഴ്സിലേക്ക് എത്തണമെങ്കിൽ കുറേക്കൂടെ വിശദാംശങ്ങൾ നോവലിന് ആവശ്യമുണ്ട്.

മനുഷ്യവംശത്തിന്റെ ആരംഭം മുതൽ അവർ ആർജ്ജിച്ച വിജ്ഞാനത്തിന്റെയും ചിന്തയുടെയും അടിസ്ഥാനത്തിൽ മാത്രമേ നമുക്ക് മുന്നോട്ട് പോകാൻ കഴിയൂ. ഇത് നമ്മൾ ഉപേക്ഷിച്ച് വേറൊരു ഘട്ടം തുടങ്ങുമ്പോൾ വലിയ കൺഫ്യൂഷൻസ് ഉണ്ടാവുന്നുണ്ട്. സത്യത്തിൽ *ആൽഫ* എഴുതാനുള്ള ഒരു ധൈര്യം തരുന്നത് വൈശാഖൻ മാഷാണ്. വൈശാഖൻ മാഷെ ഞാൻ കാണുകയും പരിചയപ്പെടുകയും ചെയ്തില്ലായിരുന്നവെങ്കിൽ ഫിക്ഷനിലേക്ക് മടങ്ങിയെത്തില്ലായിരുന്നു. കാരണം ഞാൻ ജോലിചെയ്യുന്ന റെയിൽവേ സാഹിത്യത്തിന് അത്ര കംഫർട്ടബിളായ ഒരു മേഖലയല്ല. പക്ഷേ, വൈശാഖൻ മാഷ് ഈ മേഖലയിൽ നിന്നുള്ള ആളാണല്ലോ. അദ്ദേഹത്തിന്റെ കഥകൾ കാണുമ്പോൾ ഒരു റെയിൽവെ എംപ്ലോയിക്ക് ഇങ്ങനെയൊക്കെ സാധിക്കും എന്നൊരു ആത്മവിശ്വാസം വരും. മാഷിനുള്ള ഒരു ഗുണം, പോസിറ്റീവായ ഒരു എനർജി തരും എന്നതാണ്. മാഷാണ് *ആൽഫയ്ക്ക്* അവതാരിക എഴുതിയത്.

ആൽഫയ്ക്കുശേഷം നോവൽ എഴുത്തിൽ വലിയൊരു ഇടവേള ഉണ്ടാകുന്നു. പക്ഷേ, സമകാലിക തമിഴ് സാഹിത്യത്തെ മലയാളത്തിനു പരിചയപ്പെടുത്താനുള്ള ശ്രമങ്ങളൊക്കെ ഇക്കാലത്തു നടക്കുന്നുണ്ട്. ഫ്രാൻസിസ് ഇട്ടിക്കോര കുറെ ഇടവേളയ്ക്കുശേഷമാണല്ലോ എഴുതുന്നത്?

2003 ൽ ഞാൻ മദ്രാസിൽ ടൈം ടേബിൾ ഡിവിഷനിൽ വർക്ക് ചെയ്യാൻ പോകുമ്പോൾ ഇനി അടുത്ത പ്ലാൻ എന്താണെന്ന് വൈശാഖൻ മാഷ് എന്നോട് ചോദിച്ചു. ഞാൻ പറഞ്ഞു. ഒരു നോവലുണ്ട് മനസ്സിൽ. അതിന് കുറച്ച് സമയമെടുക്കും. ഫ്രാൻസിസ് ഇട്ടിക്കോരയെക്കുറിച്ചാണ്. പക്ഷേ, അപ്പോൾ ഈ രീതിയിലൊന്നും അത് മനസ്സിൽ ഇല്ലായിരുന്നു. അപ്പോൾ മാഷ് പറഞ്ഞു, അത് നിങ്ങൾ ചെയ്യാൻ കുറെക്കാലമെടുക്കും, മലയാളത്തിലെ വായനക്കാർക്ക് ഇങ്ങനെ ഒരു എഴുത്തുകാരൻ ഉണ്ടെന്ന് അറിയണ്ടേ. മാഷിനറിയാം മദ്രാസിൽ എനിക്ക് ഒരുപാട് തമിഴ് എഴുത്തുകാരുമായി ബന്ധമുണ്ടെന്ന്. വീക്കിലികളിൽ എന്തെങ്കിലും എഴുതാൻ മാഷ് പറഞ്ഞു. അങ്ങനെയാണ് ഞാൻ ആദ്യമായിട്ട് മനുഷ്യപുത്രൻ എന്ന എഴുത്തുകാരനുമായി ഇന്റർവ്യൂ നടത്തുന്നത്. ആദ്യം അദ്ദേഹത്തെക്കുറിച്ച് എഴുതാമെന്നാണ് വിചാരിച്ചത്. ഇത് ഞാൻ മനുഷ്യപുത്രനോട് പറഞ്ഞപ്പോൾ അദ്ദേഹമാണ് ഇന്റർവ്യൂ ആണ് കുറച്ചുകൂടി നല്ലത് എന്നഭിപ്രായപ്പെട്ടത്. അത് *ഭാഷാപോഷിണി*യിലാണ് പ്രസിദ്ധീകരിച്ച് വന്നത്. അതിന്റെ പത്രാധിപർ കെ സി നാരായണൻ സാർ എനിക്കൊരു കത്തയയ്ക്കുന്നു, ഇനിയും തമിഴിൽ നിന്ന് എഴുത്തുകാരെ ഇന്റർവ്യൂ ചെയ്ത് അയച്ചുതരണം. നമുക്ക് പ്രസിദ്ധീകരിക്കാം. മനുഷ്യപുത്രനുമായുള്ള ഇന്റർവ്യൂവിന് നല്ല പ്രതികരണങ്ങളാണ് കിട്ടിയത്. അത് ഈ മേഖലയിൽ കൂടുതൽ ശ്രദ്ധിക്കാനുള്ള പ്രേരണയായി. അതിനെത്തുടർന്ന് എസ് രാമകൃഷ്ണൻ, ചാരുനിവേദിത എന്നിവരെയും ഇന്റർവ്യൂ ചെയ്തു. അതിനും നല്ല പ്രതികരണങ്ങളുണ്ടായി. എനിക്കൊരു കാര്യം നിർബ്ബന്ധമുണ്ടായിരുന്നു, കറന്റ് ലിറ്ററേച്ചർ ആയിരിക്കണം ഇതിലൊക്കെ വരാൻ. എന്താണ് തമിഴ് സാഹിത്യത്തിന്റെ സമകാലികാവസ്ഥ അതിനെ പ്രതിഫലിപ്പിക്കുന്നതാവണം. അവിടത്തെ ഒരു സ്റ്റാർ റൈറ്ററെ പറ്റി എഴുതിയതുകൊണ്ട് പ്രത്യേകിച്ചൊന്നുമില്ല. ഞാൻ ഇന്റർവ്യൂ ചെയ്തവരെല്ലാം അവിടെ സമകാലികമായി നില്ക്കുന്ന വളരെ പ്രസക്തരായ എഴുത്തുകാരാണ്.

രണ്ടായിരത്തിൽ എത്തുമ്പോഴാണ് പല കാര്യങ്ങളിലും ഒരു വ്യക്തത എനിക്കുണ്ടാവുന്നത്. എനിക്ക് ഒരു കാര്യത്തിൽ നിർബ്ബന്ധമുണ്ടായിരുന്നു. എനിക്ക് വ്യക്തമായ കാര്യങ്ങളേ എഴുതാൻ പാടുള്ളൂ. അല്ലാതെ എന്തെങ്കിലും അച്ചടിക്കുക എന്നതിനോട് എനിക്ക് താല്പര്യമുണ്ടായിരുന്നില്ല. ഒരുപക്ഷേ, എന്റെ എഴുത്തിന്റെ എണ്ണം കുറയാനുള്ള കാരണവും അതാ

യിരിക്കാം. കാരണം എന്റെ രാഷ്ട്രീയപ്രവർത്തനം എന്ന നിലയ്ക്കാണ് ഞാൻ എഴുത്തിനെ കാണുന്നത്. അങ്ങനെ പറയുമ്പോൾ കക്ഷിരാഷ്ട്രീയം എന്ന അർത്ഥത്തിലല്ല. സമൂഹത്തിൽ നിലനില്ക്കുന്ന അധികാര ബന്ധങ്ങളോടുള്ള പോസിറ്റീവായിട്ടുള്ള കലഹം. അതാണ് എന്റെ രാഷ്ട്രീയവും എഴുത്തും.

ആധുനിക സാഹിത്യത്തിന്റെ കാലത്താണ് താങ്കളുടെ കോളേജ് വിദ്യാഭ്യാസം. ആധുനികതയുടെ പ്രലോഭനം ഭാഷയിലും ജീവിത വീക്ഷണത്തിലും സ്വാധീനിച്ചിട്ടില്ലേ?

ആധുനികതയുടെ പ്രലോഭനങ്ങൾ നാം അതിജീവിക്കുന്നത്, അല്ലെങ്കിൽ ആധുനികത മറ്റുള്ള പലരെയും പ്രലോഭിപ്പിച്ച രീതിയിൽ നമ്മെ പ്രലോഭിപ്പിക്കാതിരിക്കുന്നത്, നമ്മൾ അതിനെ പൊളിറ്റിക്കലായാണ് കാണുന്നത് എന്നതുകൊണ്ടാണ്. നമ്മുടെ രാജ്യത്തിന്റെ മതപരവും ജാതീയവുമായ സങ്കീർണ്ണമായ അവസ്ഥകൾ, അതുപോലെ ഭാഷയുടെയും സംസ്കാരത്തിന്റെയും വൈവിദ്ധ്യങ്ങൾ ഇവയൊക്കെ നമ്മൾ നേരിട്ടും അല്ലാതെയും അറിഞ്ഞിട്ടുണ്ട്. അതുകൊണ്ട് തന്നെ ആധുനികത മുന്നോട്ടുവെക്കുന്ന ലളിതയുക്തികളിൽ താല്പര്യം തോന്നിയിട്ടില്ല. താല്പര്യം തോന്നിയിട്ടില്ലെന്ന് മാത്രമല്ല, ആ ഒരു കാലത്തെ സാഹിത്യം എന്നെ ഒട്ടും തൃപ്തിപ്പെടുത്തിയിരുന്നില്ല. അതിന്റെ പ്രധാന്യത്തെ കുറച്ചുകണ്ടുകൊണ്ടല്ല ഇത് പറയുന്നത്. എന്നെ സംബന്ധിച്ച് അത് തൃപ്തികരമായിരുന്നില്ല, എന്നതാണ്.

അതിന്റെ ഉദാഹരണം പറഞ്ഞാൽ ഞാൻ വെജിറ്റേറിയനായിട്ടുള്ള ഒരാളാണ്. എനിക്ക് ഒരു ചിക്കൻ ബിരിയാണി കൊണ്ടുതരികയാണെങ്കിൽ എനിക്കത് എൻജോയ് ചെയ്ത് കഴിക്കാൻ പറ്റില്ല. അത് ചിക്കൻ ബിരിയാണി മോശമായിട്ടല്ല, ഞാൻ മോശമായിട്ടുമല്ല. ഇവ രണ്ടും തമ്മിൽ ടാലി ആവാത്തതുകൊണ്ടുമാത്രമാണ്.

ആധുനികതയിൽ പ്രലോഭിപ്പിക്കപ്പെടാത്ത എഴുത്തുകാരൻ. അത് അത്ഭുതകരമാണ്.

ആധുനികത ഇവിടെ ഭയങ്കരമായി ആഘോഷിക്കപ്പെടുന്ന കാലത്ത് ഞാൻ ഇക്കണോമിക്സിന്റെയും പൊളിറ്റിക്കൽ സയൻസിന്റെയും പാതയിലായിരുന്നു. അങ്ങനെ പോകാനുള്ള കാരണം, എന്റെ ചെറുപ്പകാലത്ത് ഞാൻ കണ്ട സ്വപ്നങ്ങൾ, അല്ലെങ്കിൽ അച്ഛൻ പറഞ്ഞതുപോലെ ഇം എം എസ് എല്ലാത്തിനും ഒരു വഴികണ്ടെത്തുമെന്ന് പറഞ്ഞതിന് എന്താണ് പറ്റുന്നത്? സോവിയറ്റ് യൂണിയൻ എന്ന സ്വപ്നദേശത്തിന് എന്തുകൊണ്ടാണ് തകർച്ച നേരിടുന്നത്? ഇതറിയാൻ വേണ്ടിയാണ് യഥാർത്ഥത്തിൽ

ഇക്കണോമിക്സിലേക്കും പൊളിറ്റിക്കൽ സയൻസിലേക്കുമൊക്കെ നമ്മൾ പോകുന്നത്. സാമ്പത്തികമായിട്ട് എന്താണ് പ്രശ്നം, ആന്ത്രപ്പോളജിക്കൽ ആയിട്ട് എന്താണ് സംഭവിക്കുന്നത്, ഫിലോസഫിക്കലായിട്ട് എന്താണ് ഇതിന്റെ പ്രശ്നങ്ങൾ എന്നൊക്കെ അറിയാൻ വേണ്ടിയിട്ടാണ് ഇതിലേക്ക് തിരിയുന്നത്. കുറെ ഡിഗ്രികൾ നേടാനോ മറ്റ് സാദ്ധ്യതകൾ ഉദ്ദേശിച്ചിട്ടു മല്ല. അങ്ങനെയാണ് നേരത്തേ പറഞ്ഞതുപോലെ ചൈനീസ് ഇക്കണോമിയെക്കുറിച്ച് കുറേക്കൂടി ആഴത്തിൽ പഠിക്കാൻ ശ്രമിച്ചത്. ചൈന എന്നത് ഇപ്പോഴും ബാക്കി നില്ക്കുന്ന ഒരു സ്ഥലമാണ്. അവർ എങ്ങനെയാണ് അതിജീവിച്ച് നില്ക്കുന്നത് എന്നറിയാനുള്ള ആഗ്രഹം. സോവിയറ്റ് യൂണിയൻ, ഹംഗറി, ചെക്കോസ്ലോവാക്യ ഇവരൊക്കെ തിരിച്ചടി നേരിട്ടപ്പോൾ ഈയൊരു രാജ്യം എങ്ങനെയാണ് അതിജീവിച്ചത് എന്നറിയുക പ്രധാനമാണെന്ന് എനിക്കുതോന്നി.

ആന്ത്രപ്പോളജിക്കലായിട്ടുകൂടി ഇതിനെ ബന്ധിപ്പിക്കേണ്ടതുണ്ട്. ഇവിടെ ധാരാളം മതങ്ങളുണ്ട്, പ്രത്യയശാസ്ത്രങ്ങളുണ്ട്. എല്ലാത്തിന്റെയും ആത്യന്തിക ലക്ഷ്യം മനുഷ്യനന്മയാണ്. മനുഷ്യവംശം നശിച്ചുപോകാൻ വേണ്ടി ഒരു പ്രത്യയശാസ്ത്രവും ആരും ഉണ്ടാക്കിയിട്ടില്ല. പക്ഷേ, ഇതെല്ലാം പ്രായോഗികതലത്തിൽ എന്തുകൊണ്ടാണ് തിരിച്ചടി നേരിടുന്നത്? ഇതിനെ മറികടക്കാൻ എന്താണ് ചെയ്യുന്നത്? ഞാനിപ്പോഴും ബുദ്ധിസത്തെ ബ്രാഹ്മണിസം വന്ന് അടിച്ച് തകർത്ത് കളഞ്ഞു എന്ന് വിശ്വസിക്കുന്നില്ല. ബുദ്ധിസത്തിന് കാലോചിതമായിട്ട് മനുഷ്യന്റെ ഇച്ഛകളെ തൃപ്തിപ്പെടുത്തത്തക്കരീതിയിൽ നവീകരിക്കാൻ കഴിയാതെപോയപ്പോൾ അവന്റെ സ്വാർത്ഥ താല്പര്യങ്ങൾക്ക് അനുയോജ്യമായ മറ്റൊരു പ്രത്യയശാസ്ത്രത്തെ സ്വീകരിക്കുകയാണ് ചെയ്യുന്നത്.

അങ്ങനെ വരുമ്പോൾ സോഷ്യലിസത്തിന്റെ ഭാവി എന്താണ്?

സോഷ്യലിസം മനുഷ്യന്റെ സ്വാർത്ഥതയെ തൃപ്തിപ്പെടുത്തുന്നതിൽ വിജയിക്കാതെ വരുമ്പോൾ മുതലാളിത്തം കുറേക്കൂടി അവന്റെ അത്തരം കാര്യങ്ങളെ പ്രോത്സാഹിപ്പിക്കുന്നുണ്ട്. മനുഷ്യൻ അടിസ്ഥാനപരമായി നല്ലവനാണെന്നും സമൂഹമാണ് അവനെ ദുഷിപ്പിക്കുന്നത് എന്നുള്ള ആശയം തെറ്റാണ് എന്ന നിലയിലേക്ക് കാര്യങ്ങൾ എത്തി. മനുഷ്യന് അടിസ്ഥാനപരമായിട്ട് സ്വാർത്ഥത, അധികാരത്തോടുള്ള ആർത്തി, അസൂയ അങ്ങനെ എല്ലാമുള്ള ഒരു ജീവിയാണെന്നും സമൂഹത്തിന്റെ ചില നിബന്ധനകൾകൊണ്ട് 'നല്ലത്' എന്നു പറയുന്ന കാര്യങ്ങളിൽ അവൻ ഒതുങ്ങി ജീവിക്കുകയുമാണ് എന്നതാണ് യാഥാർത്ഥ്യം. അവന്റെ അടക്കിവെച്ച ഇത്തരം 'ആഗ്രഹങ്ങളെ' ആവിഷ്കരിക്കാനുള്ള അവസരം കിട്ടുമ്പോൾ അവൻ അങ്ങോട്ടുമാറും.

ഇടതുപക്ഷപ്രസ്ഥാനങ്ങൾ ഏതുവിധമാണ് നവീകരിക്കപ്പെടേണ്ട തെന്ന ആലോചന പ്രധാനമാണ്. പക്ഷേ, നവീകരണത്തെക്കുറിച്ച് ആലോചിക്കുമ്പോൾ അത് റിവിഷനിസമാണോ എന്ന് തെറ്റിദ്ധരിക്കപ്പെടും. ഫിലോസഫിയാണെങ്കിലും ടെക്നോളജിയാണെങ്കിലും റീജുവനേഷൻ ആവശ്യമാണ്. അതിനെ ഡോഗ്മാറ്റിക് ആയി സമീപിച്ചാൽ കാലത്തിനൊപ്പം എത്താൻ കഴിയാതെ വരും. സോവിയറ്റ്യൂണിയനിൽ അടക്കം റീജുവനേഷനുള്ള ശ്രമങ്ങളെ റിവിഷനിസമായി തെറ്റിദ്ധരിക്കപ്പെടുകയാണ് ചെയ്തത്. ഇങ്ങനെ റീജയനേറ്റ് ചെയ്യാതെ പോകുമ്പോൾ സംഭവിക്കുന്നത്, ടെക്നോളജിക്കലായ മാറ്റങ്ങൾ, ആർജ്ജിത ജ്ഞാനത്തിൽ വരുന്ന പുരോഗതി ഇതെല്ലാം വേണ്ടരീതിയിൽ പങ്കുവെച്ചുകൊണ്ട് മുന്നോട്ടുപോകാൻ കഴിയാതെവരും. അപ്പോഴത് വലിയ പ്രതിസന്ധികളിലേക്ക് പോകും. ശാസ്ത്രീയ സോഷ്യലിസം എന്നു നാം പറഞ്ഞാലും അതിന്റെ പ്രയോഗത്തിലേക്ക് വരുമ്പോൾ മതാത്മകമായ ഒരു സ്വഭാവത്തിലേക്ക് അത് മാറും.

വളരെ ഉത്തമമായ ചില ലക്ഷ്യങ്ങൾക്കുവേണ്ടിയിട്ട് മനുഷ്യൻ സംഘടിക്കുകയും അങ്ങനെ സംഘടിച്ചുകഴിയുമ്പോൾ അതിൽനിന്ന് സംജാതമാകുന്ന അധികാരത്തിന്റെ ചില സ്വഭാവങ്ങൾ ആ സംഘടനയിൽ തന്നെ വൈരുദ്ധ്യങ്ങളുണ്ടാക്കി അതിന്റെ ലക്ഷ്യങ്ങളിൽനിന്ന് കൈവിട്ട് മറ്റൊരു തലത്തിലേക്ക് പോകുന്നു. അപ്പോൾ ആശയപരവും ഭൗതികവുമായ വയലൻസ് ഇവിടെ കയറിവരും. ഈ വയലൻസാണ് നമ്മുടെ ഓരോ ദർശനങ്ങളെയും പ്രതിസന്ധിയിലാക്കുന്നത്. അത് കുടുംബത്തിലും സംഭവിക്കുന്നുണ്ട്. സമൂഹത്തിൽ നിന്ന് വ്യത്യസ്തമല്ല കുടുംബവും. സമൂഹത്തിന്റെ എല്ലാ തട്ടുകളിലുമുള്ള അധികാരം ആർജ്ജിക്കാനും ആർജ്ജിച്ച അധികാരം നിലനിർത്താനും അത് പ്രയോഗിക്കാനുമുള്ള മനുഷ്യന്റെ ശ്രമങ്ങളാണ് വയലൻസിലേക്ക് കൊണ്ടുചെന്നെത്തിക്കുന്നത്.

ഫ്രാൻസിസ് ഇട്ടിക്കോരയിൽ ഇത്തരം വയലൻസുകൾ, പണമൂലധനത്തോടുള്ള ആർത്തി, അധികാരത്തോടുള്ള ആസക്തി എന്നിങ്ങനെ മനുഷ്യന്റെ ആന്തരിക ചോദനകളുടെ ആവിഷ്കാരമാണെന്ന് തോന്നിയിട്ടുണ്ട്. ഇട്ടിക്കോരയുടെ ഒരു രചനാ പശ്ചാത്തലം എന്തായിരുന്നു?

ഗ്ലോബൽ ക്യാപ്പിറ്റലിസത്തിന്റെ സന്ദർഭത്തെയാണ് ഇട്ടിക്കോര ആവിഷ്കരിക്കാൻ ശ്രമിച്ചത്. ഇത് സമൂഹത്തിൽ ഉണ്ടാക്കുന്ന മാറ്റങ്ങൾ, മനുഷ്യബന്ധങ്ങളിൽ ഉണ്ടാക്കുന്ന മാറ്റങ്ങൾ, അതിന്റെ പല തലങ്ങളിലുള്ള ഹിംസാത്മകത ഇതൊക്കെയാണ് ഇട്ടിക്കോരയിലൂടെ ആവിഷ്കരിക്കാൻ ശ്രമിച്ചത്. ലാഭം ഉണ്ടാക്കാനായി യുദ്ധമുണ്ടാക്കാം, ഉപജാപ പ്രവർത്തനങ്ങൾ നടത്താം, മനുഷ്യബന്ധങ്ങളെ മൊത്തമായി ഉടച്ചുവാർക്കാം, അതി

ലൊന്നുംതന്നെ യാതൊരു വിധത്തിലുള്ള മനസ്സാക്ഷിയുടെ പ്രശ്നം ഉദിക്കുന്നില്ല. ഇത്തരത്തിലുള്ള ഒരു കാലം.

കുന്നംകുളം എന്ന എന്റെ നാടിനെക്കുറിച്ച് നിവധി ആക്ഷേപങ്ങൾ കേട്ടുവളർന്ന ആളാണ് ഞാൻ. തട്ടിപ്പിന്റെ കേന്ദ്രം, കള്ളനോട്ട്, ഡ്യൂപ്ലിക്കറ്റ് ഇതിന്റെയൊക്കെ പര്യായമായിട്ടാണ് ആളുകൾ ഈ നാടിനെ കണ്ടിരുന്നത്. യു സി കോളേജിൽ പഠിക്കുമ്പോൾ കൂട്ടുകാരൊക്കെ കളിയാക്കാറുണ്ട്. ഇത് കുന്നംകുളത്തുകാരനായ ഈ രാമകൃഷ്ണൻ ശരിയായ രാമകൃഷ്ണനാണോ എന്നൊക്കെ. ഞാൻ ഏഴാം ക്ലാസിൽ പഠിക്കുമ്പോഴാണ് ഇരുപത് രൂപയുടെ കള്ളനോട്ട് അവിടെ വ്യാപകമാവുന്നത്. ഇന്നത്തെ ടെക്നോളജിയൊന്നുമില്ല. വളരെ കഷ്ടപ്പെട്ടാണ് ഇതൊക്കെ ചെയ്യുന്നത്. ഇങ്ങനെ പറയുമ്പോൾ കുന്നംകുളത്തുകാർ മോശക്കാരാണ് എന്നർത്ഥമില്ല. അവർ കുറേക്കൂടി ബുദ്ധിപരമായി, തന്ത്രപരമായി കാര്യങ്ങൾ ചെയ്യുന്നു എന്നതാണ്. ഇതിന്റെയൊരു പശ്ചാത്തലത്തിലാണ് ഇട്ടിക്കോര ചെയ്യുന്നത്. ഗ്ലോബൽ ക്യാപ്പിറ്റലിസം വരുന്നു, അത് മനുഷ്യബന്ധങ്ങളെപ്പോലും ലാഭത്തിനുള്ള സാദ്ധ്യതയാക്കി മാറ്റുകയാണ്. ഇതൊക്കെ എഴുതുമ്പോൾ അത് ആളുകളെക്കൊണ്ട് വായിപ്പിക്കുക എന്നത് പുതിയ നൂറ്റാണ്ടിലെ എഴുത്തുകാരൻ നേരിടുന്ന വെല്ലുവിളിയാണ്. ഞങ്ങളുടെ നാട്ടിൽ ഏറ്റവും ബഹുമാനിക്കപ്പെടുന്ന എഴുത്തുകാരൻ സി വി ശ്രീരാമനാണ്. അദ്ദേഹം പറഞ്ഞിട്ടുള്ളതുപോലെ ഫിലോസഫിക്കലായിട്ടുള്ള കാര്യങ്ങളൊക്കെ വായനക്കാരിലേക്ക് എത്തണമെങ്കിൽ അതിനൊരു കഥ വേണം. അങ്ങനെയാണ് നമ്മൾ മിത്തുകളിലേക്കും കെട്ടുകഥകളിലേക്കുമൊക്കെ പോകുന്നത്, വളരെ വ്യത്യസ്തമായ ജ്ഞാനമേഖലകളിലേക്ക് നമുക്ക് പോകേണ്ടിവരുന്നത്. ഉദാഹരണമായി മാത്തമാറ്റിക്സ്. പൊതുവെ നമ്മുടെ സാഹിത്യത്തിൽ മാത്തമാറ്റിക്സ് കടന്നുവന്നിട്ടില്ല. അത് ഇട്ടിക്കോരയിൽ ഉപയോഗിക്കുന്നുണ്ട്.

ഇട്ടിക്കോര മലയാള നോവലിനെ സംബന്ധിച്ച് പുതിയ അനുഭവമാണ്.

*ആൽഫ*യിൽ നിന്ന് *ഇട്ടിക്കോര*യിലേക്കെത്തുമ്പോൾ ഒരു കാര്യം എനിക്ക് മനസ്സിലായി. എന്റേതായ ശരികൾക്ക് വലിയ പ്രസക്തിയില്ല. ഒരു സംവാദത്തിനുള്ള ഇടം സൃഷ്ടിക്കുക എന്നതിനാണ് പ്രസക്തി. ലോകത്തിന്റെ അവസ്ഥയെക്കുറിച്ച്, മനുഷ്യവംശത്തിന്റെ അവസ്ഥയെക്കുറിച്ച് എനിക്കുള്ള അങ്കലാപ്പുകൾ പങ്കുവെയ്ക്കാനാണ് സത്യത്തിൽ ഞാൻ ശ്രമിച്ചത്. അതൊരു ഡിസ്കോഴ്സിലേക്ക് നയിക്കണം. ഇതാണ് എല്ലാ കലയും ചെയ്യുന്നതെന്നാണ് ഞാൻ വിശ്വസിക്കുന്നത്. എന്റെ വ്യക്തിപരമായ താല്പര്യങ്ങളെ എഴുത്തിൽ സ്ഥാപിച്ചെടുക്കുന്നതിൽ വലിയ അർത്ഥമുണ്ടെന്നു തോന്നുന്നില്ല. അതിനുപകരം സമൂഹത്തിന്റെ വൈവിദ്ധ്യങ്ങളെ,

പലപ്പോഴും പരസ്പരവിരുദ്ധമായ വൈവിദ്ധ്യങ്ങളെ, അതിന്റെ സങ്കീർണ്ണതകളെ ആവിഷ്കരിക്കുന്നതിലൂടെ സാദ്ധ്യമാകുന്ന ഡിസ്കോഴ്സിനുള്ള ഇടം. അതാണ് *ഇട്ടിക്കോര*യിൽ സംഭവിക്കുന്നത്. *ഇട്ടിക്കോര*യിൽ ഞാൻ തന്നെ വിയോജിക്കുന്ന നിരവധി കാര്യങ്ങളുണ്ട്. ഞാൻ വിയോജിക്കുന്നു എന്നതുകൊണ്ട് അക്കാര്യങ്ങൾ സമൂഹത്തിൽ ഇല്ലാതെയാകുന്നില്ല.

ഹിംസയെ വല്ലാതെ സെലിബ്രേറ്റ് ചെയ്യുന്നുണ്ട് ഫ്രാൻസിസ് ഇട്ടിക്കോര എന്നൊരു അഭിപ്രായം പൊതുവെ ഉയർന്നുവന്നിട്ടുണ്ട്.

ഗ്ലോബലൈസേഷന്റെ കാലത്ത് ഹിംസ നമ്മുടെ സമൂഹത്തിലെ സമസ്ത മണ്ഡലങ്ങളിലേക്കും ക്യാൻസറിനെപ്പോലെ വളർന്നുകൊണ്ടിരിക്കുകയാണ്. എന്റെയൊന്നും ചെറുപ്പകാലത്ത് നാട്ടിലൊന്നും കൊട്ടേഷൻ സംഘങ്ങൾ ഇല്ലായിരുന്നു. ഇതുവരെ നമ്മൾക്ക് കൊട്ടേഷൻ എന്നു പറഞ്ഞാൽ ദർഘാസ് എന്നായിരുന്നു അർത്ഥം. ഇന്ന് ഹിംസയ്ക്ക് ഒരു മാന്യത കൈവരികയാണ്. യുദ്ധത്തിന് ഒരു മാന്യത വന്നു. ബുഷ് ദൈവനിശ്ചയമാണെന്ന് പറഞ്ഞിട്ടാണ് യുദ്ധത്തിനു പോകുന്നത്. ഇത്തരത്തിൽ വയലൻസിനെ ഒരു യാഥാർത്ഥ്യമായി കണ്ടിട്ട് അതിനെ മുന്നിൽ നിർത്തി ഒരു ചർച്ചയ്ക്കുള്ള ഇടം തുറന്നുവെയ്ക്കുക. അതാണ് *ഇട്ടിക്കോര*യിൽ ചെയ്തത്.

വെജിറ്റേറിയനായ ഒരാൾക്ക് എങ്ങനെയാണ് കാനിബാലിസത്തെ ആവിഷ്കരിക്കാൻ കഴിയുന്നത് എന്ന നിലയ്ക്കുള്ള അഭിപ്രായങ്ങളും ഈ നോവലുമായി ബന്ധപ്പെട്ട് ഉയർന്നുവന്നിരുന്നു.

*ഇട്ടിക്കോര*യിൽ കാനിബാലിസം എന്നത് ഒരു മെറ്റഫർ ആണ്. ജീൻവാൽ ജീന്റെ കാലത്തെപ്പോലെ മനുഷ്യൻ ഭക്ഷണം കഴിക്കാൻ വകയില്ലാഞ്ഞിട്ടല്ല കളവ് നടത്തുന്നത്. ജീവിതം ആഘോഷിക്കാൻ വേണ്ടിയിട്ടാണ്. സെക്സ് റാക്കറ്റുകളും കൊട്ടേഷൻ സംഘങ്ങളും ഉണ്ടാകുന്നത് ജീവിക്കാൻ വഴിയില്ലാഞ്ഞിട്ടല്ല. ജീവിതത്തിന്റെ സെലിബ്രേഷനുവേണ്ടിയിട്ടാണ്. *ഇട്ടിക്കോര* വരുന്ന സമയത്ത് അതിൽ പറയുന്ന പലകാര്യങ്ങളും സംഭവിക്കുന്നതാണോ എന്ന് പലരും സംശയിച്ചിരുന്നു. ഇന്ന് ഇപ്പോൾ അതെടുത്തു വായിക്കുമ്പോൾ അതിൽ പറയുന്നതിനേക്കാൾ അപ്പുറത്തേക്കാണ് കാര്യങ്ങൾ പോകുന്നത് എന്നു മനസ്സിലാകും.

സുഗന്ധിയിൽ എത്തുമ്പോൾ അധികാരം, വംശീയത, ഫാസിസം എന്നിവയുടെ ലോകം ആവിഷ്കരിക്കപ്പെടുന്നുണ്ട്. ഫാസിസത്തിന്റെ ഈ കാലത്ത് ഇട്ടിക്കോരയിലുള്ളതിനേക്കാൾ ഭീകരമാണ് കാര്യങ്ങൾ.

ഗ്ലോബൽ ക്യാപ്പിറ്റൽ സൃഷ്ടിക്കുന്ന ഹിംസയും മറ്റും ആഗോളതല

ത്തിൽ ശക്തമാകുന്നതിന് സമാന്തരമായി പല ഇടങ്ങളിൽ ഫാസിസത്തിന്റെ പ്രവണതകൾ ശക്തമാകുന്നുണ്ട്. ഈ രണ്ട് അവസ്ഥകളും എന്നാൽ പരസ്പരം ബന്ധപ്പെട്ടുകിടക്കുകയാണ്. സോവിയറ്റ് യൂണിയന്റെ തകർച്ച ആഗോളതലത്തിൽ ഇടതുപക്ഷത്തിന്റെ പ്രത്യയശാസ്ത്രപരമായ സ്വീകാര്യതയ്ക്ക് മങ്ങലേല്പ്പിച്ചു. തൊണ്ണൂറുകൾക്കു ശേഷം ഇടതുപക്ഷ പ്രസ്ഥാനങ്ങൾക്ക് പ്രത്യയശാസ്ത്രപരമായും പ്രായോഗികമായും നവീകരണം സംഭവിക്കുന്നതിന് എടുത്ത കാലതാമസത്തിനിടയിൽ ആഗോളതലത്തിൽ തന്നെ അമിതമായ ദേശീയതയിലൂന്നിയ ഏകാധിപത്യ പ്രവണതകൾ ശക്തമാകാൻ തുടങ്ങി. ഇന്ത്യയിലാണെങ്കിലും ശ്രീലങ്കയിലാണെങ്കിലും ഇടതുപക്ഷത്തിന്റെ ദാർശനികവും പ്രായോഗികമായ തലത്തിൽ സംഭവിച്ച വ്യതിയാനങ്ങൾ ഇത്തരം ഫാസിസ്റ്റ് പ്രവണതകൾക്ക് ഉയർന്നുവരാനുള്ള അവസരമായി മാറി.

കേരളത്തിന്റെ കാര്യമെടുത്താൽ എഴുപതുകളിലും മറ്റും മൈക്രോ മൈനോരിറ്റിയായിരുന്ന ഫാസിസ്റ്റുകൾക്ക് ഇന്ന് വലിയ സ്വീകാര്യത കിട്ടുകയും അവരുടെ ഇടം വികസിപ്പിക്കാനുള്ള ശ്രമങ്ങൾ അവർ നടത്തുകയും ചെയ്യുന്നു. ജനങ്ങളുടെ മനസ്സിലേക്ക് അവർ അറിയാതെ തന്നെ ഫാസിസത്തിന്റെ ചിന്തകൾ അവർ കടത്തിവിട്ടുകൊണ്ടിരിക്കുകയാണ്. അത് വളരെ അപകടകരമായ കാര്യമാണ്. അവിടെയാണ് സംവാദങ്ങൾ നടക്കേണ്ടത്.

മോദിയുടെ കൈയിലെ ചോരക്കറ മായ്ച്ചുകളയപ്പെട്ടു എന്ന് തോന്നിപ്പിച്ചുകൊണ്ടാണ് അയാൾ അധികാരത്തിലേറുന്നത്. വികസനത്തിന്റെ, സമാധാനത്തിന്റെ, ജനാധിപത്യത്തിന്റെ കുപ്പായമിട്ടുകൊണ്ടാണ് അദ്ദേഹം വരുന്നത്. രാജപക്സെയുടെ അധികാരത്തിലേക്കുള്ള വരവും ഇങ്ങനെ തന്നെയായിരുന്നു.

ഇത് ഒറ്റ ദിവസം കൊണ്ട് ഉണ്ടായതുമല്ല. ഐഡിയോളജിക്കലായി വലിയൊരു ശ്രമം അവർ ഇതിനുവേണ്ടി നടത്തിക്കൊണ്ടിരിക്കുന്നുണ്ട്. അതിന് ഇന്ത്യയിലെ പ്രാചീന സാഹിത്യത്തെ, അതിന്റെ ഫിലോസഫിയെയൊക്കെയാണ് അവർ ഉപയോഗിക്കുന്നത്.

അതെ. ഇന്ത്യക്ക് വലിയ ജ്ഞാനശേഖരം ഉണ്ടെന്ന് വിശ്വസിക്കുന്ന ആളാണ് ഞാൻ. സാഹിത്യം, കല എന്നിവയിലൊക്കെ നമുക്ക് വലിയ ഹെറിറ്റേജ് അവകാശപ്പെടാനാവും. പക്ഷേ, ഫാസിസ്റ്റുകൾ പറയുന്ന രീതിയിലുള്ള മിത്തോളജിക്കലോ മതാത്മകമായതോ അല്ല ആ ഹെറിറ്റേജ്. അവർ ഇതിനെ തങ്ങളുടെ സ്വാർത്ഥലാഭത്തിനുവേണ്ടി മാനിപ്പുലേറ്റ് ചെയ്യുകയാണ്.

താങ്കളുടെ കഥയിൽ സൂചിപ്പിക്കുന്നതുപോലെ അപരനോടുള്ള വെറുപ്പ് സൃഷ്ടിച്ചിട്ടാണ് അവർ നിലനില്ക്കുന്നത്. കഥയിലുള്ളതുപോലെ സമീപകാലത്ത് എഴുത്തുകാർ കൊല്ലപ്പെട്ടിട്ടുമുണ്ട്.

മൂന്നു എഴുത്തുകാർ സമീപകാലത്ത് കൊല്ലപ്പെട്ടു എന്ന് പറയുന്നതിനെ ഒരു ചെറിയ കാര്യമായി കാണാനാവില്ല. നമ്മുടെ രാജ്യത്തിനു തന്നെ അത് അപമാനകരമാണ്. സ്നേഹം, ദയ, കരുണ ഇതൊക്കെ നമുക്ക് നഷ്ടമായിരിക്കും. പക്ഷേ, വെറുപ്പ് ലാഭമാണ്. ഒരാളെ വെറുത്താൽ പിന്നെ അയാൾ നമ്മുടെ അടുത്ത് വരില്ലല്ലോ. ഇത്തരത്തിൽ ലാഭത്തിൽ അധിഷ്ഠിതമായ ഒരു വ്യവസ്ഥിതി, ഹിന്ദുത്വസംസ്കാരത്തിന്റെ ഒരു മുഖം, ഗ്ലോബൽ ക്യാപ്പറ്റലിസത്തിന്റെ മറ്റൊരു മുഖം ഇതു രണ്ടും ഇവിടെ നിലനില്ക്കുന്നു. പഴയ നിലയിലുള്ള ഫാസിസമല്ല ഇത്.

ഇതിനെ പ്രതിരോധിക്കാൻ ലെഫ്റ്റിന് എന്തു ചെയ്യാൻ കഴിയും എന്ന ചോദ്യം പ്രധാനമാണ്.

ലെഫ്റ്റിനേ എന്തെങ്കിലും ചെയ്യാൻ കഴിയൂ. ലെഫ്റ്റ് ദുർബ്ബലപ്പെടുമ്പോഴാണ് ഞാൻ നേരത്തേ പറഞ്ഞതുപോലുള്ള പ്രവണതകൾ ശക്തമാകുന്നത്. ഞാൻ കുറച്ചു കൊല്ലങ്ങൾക്ക് മുമ്പ് ഡബ്ല്യു ആർ വരദരാജനുമായി ഒരു ഇന്റർവ്യൂ നടത്തി. തമിഴ്നാട്ടിൽ മുഖ്യ പ്രതിപക്ഷ കക്ഷിയായിരുന്ന ഇടതുപക്ഷം പിന്നോട്ടുപോയത് എന്തുകൊണ്ടെന്നതായിരുന്നു ആ ഇന്റർവ്യൂവിന്റെ മുഖ്യ വിഷയം. തമിഴ്നാട്ടിൽ ജാതി ശക്തമാണ്. എന്നാൽ ജാതിയെ അഡ്രസ്സ് ചെയ്യാൻ ഇടതുപക്ഷത്തിന് കഴിഞ്ഞില്ല. അതായത് നമ്മൾ ഒരു സോഷ്യൽ റിയാലിറ്റിയെ അഡ്രസ്സ് ചെയ്യാൻ മടിക്കുന്നിടത്തോളം കാലം നമ്മൾ പിന്തള്ളപ്പെടും.

തമിഴ്നാട്ടിൽ മാത്രമല്ല ഇന്ത്യയിലാകമാനം ജാതി പോലുള്ള വിഷയങ്ങൾ, ദലിത് പ്രശ്നം, മറ്റ് കീഴാള–ന്യൂനപക്ഷ പ്രശ്നങ്ങൾ, സ്ത്രീകളുടെ സവിശേഷമായ വിഷയങ്ങൾ എന്നിവയിൽ കൃത്യമായ നിലപാടെടുത്തുകൊണ്ടേ ഇനി മുന്നോട്ടുപോകാൻ കഴിയൂ.

സോവിയറ്റ് യൂണിയന്റെ തകർച്ചയ്ക്കു ശേഷം ഇത്തരം വിഷയങ്ങൾ ആഗോളതലത്തിൽ തന്നെ ചർച്ചയായിട്ടുള്ളതാണ്. പക്ഷേ, നമ്മൾ ഇതിലൊക്കെ എവിടെയും തൊടാത്ത യാന്ത്രികമായ ചില നിലപാടുകൾ കൈക്കൊള്ളുകയാണ് ചെയ്തത്.

തമിഴ് നാട്ടിലേക്ക് വന്നാൽ മുഖ്യ പ്രതിപക്ഷമായ ഇടതുപക്ഷം വളരെ കറപ്റ്റഡ് ആയിട്ടുള്ള, നമുക്ക് ഒരു തരത്തിലും യോജിക്കാനാവാത്ത ഏതെങ്കിലും ഒരു കഴകത്തിന്റെ കൂടെ നിന്ന് ചില സീറ്റുകൾക്ക് നീക്കുപോക്കു നടത്തുന്ന അവസ്ഥയിലെത്തിച്ചേർന്നു. ഇത് ഒരു പാഠമായി നമ്മൾ

കാണണം. ഡൗൺട്രോഡൻ ആയ ക്ലാസിന്റെ വലിയ മുന്നേറ്റങ്ങൾ ഉണ്ടായിട്ടുള്ള നാടാണ് തമിഴ്നാട്. പക്ഷേ, അവരോടൊപ്പം നില്ക്കുന്നതിൽ സംഭവിച്ച വീഴ്ചയാണ് ഈ പിന്നോട്ടുപോക്കിനു കാരണം. നമ്മൾ തുറന്ന മനസ്സോടുകൂടി എവിടെയാണ് പാളിച്ച സംഭവിച്ചതെന്ന് ചർച്ച ചെയ്ത് അത് പരിഹരിക്കാനുള്ള പ്രവർത്തനങ്ങൾ നടത്തുകയാണ് ഇനി ചെയ്യേണ്ടത്. വൈവിദ്ധ്യങ്ങളെ അതിന്റേതായ രീതിയിൽ മനസ്സിലാക്കാൻ നമുക്ക് കഴിയണം.

സമകാലിക സന്ദർഭത്തിൽ രോഹിത് വെമുലയുടെ ആത്മഹത്യ ഉയർത്തുന്ന ചോദ്യങ്ങൾ, കനയ്യ കുമാറിനെപ്പോലുള്ള യുവാക്കളുടെ ഇടപെടലുകൾ ഇവയൊക്കെ ഫാസിസത്തിനെതിരായ ക്രിയാത്മക പ്രതിരോധമായി കാണാൻ കഴിയും. പ്രതിരോധത്തിന്റെ പുത്തൻ പാഠങ്ങൾ സൃഷ്ടിക്കുവാൻ അതിനു കഴിഞ്ഞിട്ടുണ്ട്.

ഇന്ത്യയെ സംബന്ധിച്ച് ഏറ്റവും ഭീഷണി അസഹിഷ്ണുതയുടെയും വിദ്വേഷത്തിന്റെയും ഫാസിസത്തിന്റെയും ഒരു ഭരണക്രമം നിലനില്ക്കുന്നു എന്നതാണ്. അവർ ഈ അധികാരം ഉപയോഗിച്ച് വിദ്യാഭ്യാസത്തെയും, ചിന്തകളെയും എല്ലാത്തരം ക്രിയേറ്റിവിറ്റികളെയും മാനിപ്പുലേറ്റ് ചെയ്തുകൊണ്ടിരിക്കുകയാണ്. കനയ്യ കുമാറിനെപ്പോലുള്ള ചെറുപ്പക്കാർ വലിയ പ്രതീക്ഷയാണ് നല്കുന്നത്. ഇന്നത്തെ ചെറുപ്പക്കാർ വളരെ ക്രിട്ടിക്കലാണ്, അനലെറ്റിക്കലാണ്. അവർ യാന്ത്രികവാദികളല്ല. അത് വളരെ പ്രധാനമാണ്. കനയ്യ കുമാർ ഒരു വ്യക്തിയല്ല. അയാളെപ്പോലെ ആയിരക്കണക്കിന്, പതിനായിരക്കണക്കിന് ചെറുപ്പക്കാർ ഇന്ത്യയിലുണ്ട്.

നീല സലാം, ലാൽ സലാം എന്ന് കനയ്യ കുമാർ ഉയർത്തിയ മുദ്രാവാക്യം ഇന്ത്യൻ സാഹചര്യത്തിൽ പ്രധാനമാണെന്നു തോന്നുന്നു. പക്ഷേ, ഇന്ത്യയിലെ അംബേദ്കറൈറ്റ് പ്രസ്ഥാനങ്ങൾ, ദലിത് പ്രസ്ഥാനങ്ങൾ എന്നിവയും ഇടതുപക്ഷപ്രസ്ഥാനങ്ങളും തമ്മിലുള്ള പരസ്പര വിശ്വാസമില്ലായ്മ ഒരു യാഥാർത്ഥ്യമായി ഇന്ന് നിലനില്ക്കുകയും ചെയ്യുന്നു.

വളരെ പ്രധാനപ്പെട്ട ഒരു വിഷയമാണത്. ഇന്ത്യയിൽ ഏറ്റവും പ്രധാനപ്പെട്ട പ്രശ്നം ഇടതുപക്ഷമാണെന്ന് എന്നോട് പല ദലിത് നേതാക്കളും പറഞ്ഞിട്ടുണ്ട്. ഇടതുപക്ഷം ഒരു സവർണ്ണ മൂല്യബോധത്തിന്റെ അടിസ്ഥാനത്തിൽ പ്രവർത്തിക്കുന്നതാണെന്നും അതിൽ ദലിതുകൾക്കോ പാർശ്വവല്ക്കരിക്കപ്പെട്ടവർക്കോ യാതൊരു തരത്തിലുള്ള പരിഗണനയും കിട്ടില്ല എന്നരീതിയിലുള്ള വിശ്വാസവും പ്രചാരണവും വളരെ വ്യാപകമായിട്ടുണ്ട്. വാസ്തവത്തിൽ ഇടതുപക്ഷപ്രസ്ഥാനങ്ങൾ സ്വയം നവീകരിക്കുകയും

ഈ യാഥാർത്ഥ്യങ്ങളെക്കൂടി ഉൾക്കൊണ്ട് അതിനെ വിപുലപ്പെടുത്തുകയുമാണ് വേണ്ടത്.

വെറുപ്പിന്റെ വ്യാപാരം ആര് നടത്തിയാലും അത് എതിർക്കപ്പെടണം. സവർണ്ണമൂല്യബോധത്തിൽ നിന്നുകൊണ്ട് ഇടതുപക്ഷപ്രസ്ഥാനത്തിൽ പ്രവർത്തിക്കുന്ന ഒരാൾ ദലിതരോട് വെച്ചുപുലർത്തുന്ന വെറുപ്പ്, നേരെ തിരിച്ചും സംഭവിക്കുന്ന വെറുപ്പ് ഇത് രണ്ടും എതിർക്കപ്പെടേണ്ടതാണ്. വിദ്വേഷംകൊണ്ട് ഒന്നിനും പരിഹാരം കണാൻ കഴിയില്ല.

പെറ്റി ഇഷ്യൂസ് മാറ്റി നിർത്തി ഇടതുപക്ഷവും കീഴാള ദലിത് പ്രസ്ഥാനങ്ങളും വിദ്യാർത്ഥിപ്രസ്ഥാനങ്ങളും ഫാസിസത്തിനെതിരെ ഒന്നിക്കേണ്ടതുണ്ടെന്നാണ് എന്റെ അഭിപ്രായം.